दास संतुष्ट जाला !

अशोक देशपांडे

दिलीपराज प्रकाशन प्रा. लि.
२५१ क, शनिवार पेठ, पुणे - ४११०३०

दास संतुष्ट जाला
Das Santushta jala

● प्रकाशक ●
राजीव दत्तात्रय बर्वे
मॅनेजिंग डायरेक्टर
दिलीपराज प्रकाशन प्रा. लि.
२५१ क, शनिवार पेठ, पुणे - ४११०३०

website: DiliprajPrakashan.com
Email: diliprajprakashan@yahoo.in

● प्रथमावृत्ती ●
१५ नोव्हेंबर २००९

● प्रकाशन क्रमांक ●
१७३७

● ISBN ●
978-81-7294-765-1

● टाइपसेटिंग ●
पितृछाया मुद्रणालय,
९०९, रविवार पेठ, पुणे - ४११००२.

● मुखपृष्ठ ●
गोपाल नांदुरकर

शिवरायांचे आठवावे रूप
शिवरायांचा आठवावा प्रताप
शिवरायांचा आठवावा साक्षेप
भूमंडळी !!

– समर्थ रामदास

"मनी धरावे ते होते
विघ्न अवघेचि नासोनी जाते
कृपा केलीया रघुनाथे
प्रचीती येते !"

- रामदास स्वामी

समर्थांच्या लोकविलक्षण जीवनकार्याची सर्व व्याप्ती समजण्याइतकी माझी झेप मुळीच नाही. त्यांच्या जिवीचे महान कार्य पुन्हा एकदा सर्वांना सांगण्याचा हा माझा अल्पसा प्रयत्न प्रेमळ वाचकांनी समजून घ्यावा ---

--- मागणे हेचि आता ।
लिहिला प्रत्ययो आला । आनंदु जाहला ॥

- अशोक देशपांडे

--- मागणे हेचि आता !

'जय जय रघुवीर समर्थ' हा जगावेगळा अलौकिक महामंत्र देणाऱ्या महात्म्याची चतु:जन्मशताब्दी चालू आहे. रामनवमीदिवशी दुपारी बारा वाजता जन्माला आलेला नारायण सूर्याजी ठोसर महान रामभक्त बनून 'समर्थ रामदास' बनला. चारशे वर्षे झाली.

काय चित्र होते ह्या महाराष्ट्राचे, देशाचे त्या वेळी? पाहा विचारून कुणाला! त्या काळातील कुणा संत किंवा पंतकवींनी त्या वेळीच्या 'अस्मानी-सुल्तानी'बद्दल पराकोटीचे मौन बाळगले! चुकूनही कोठे उल्लेख केला गेला नाही! परंतु खराखुरा जिवंत इतिहास झाकून कसा राहणार?

ह्या देशावर, ह्या मातीवर, ह्या धर्मावर सुरू झाले होते, एक जबरदस्त आक्रमण. नष्ट होऊ लागली होती, ही पवित्र मंगल भूमी. शाश्वती कशाचीच राहिली नव्हती. चालू होती विलक्षण पळापळी... प्रत्येकाची... प्राणासाठी... अब्रूसाठी!

ह्या देशीच्या आया-बहिणींना, मुली-बाळींना घरात राहण्याचीदेखील सोय राहिली नव्हती. वखवखलेल्या कामांध नजरा सर्वत्र वावरत होत्या. महत्त्व नव्हते उरले पावित्र्याला .... कुंकवाला!!

'हडबडू नका... गडबडू नका' असा टाहो रात्रंदिवस फोडीत एक असामान्य रामभक्त अशा वेळी कृष्णातीरी डोंगर-दऱ्यांतून हिंडत होता वणवण उन्हा-तान्हात... थंडी-वाऱ्यात...!

घुमत होती त्याची खणखणीत वाणी–

''जय जय रघुवीर समर्थ !''

हाती झोळी घेऊन भिक्षा मागीत होता तो माणुसकीची. शिकवीत होता युगायुगाचा राष्ट्रधर्म. सांगत होता रामकथा ब्रह्मांड भेदूनिया पैलाड नेण्यास. शहाणे करून सोडीत होता जन. पतित होत होते पावन. राखावी लागली त्याला त्यासाठी

बहुतांची अंतरे. देवद्रोही नष्ट करण्यासाठी स्थापन करीत होता ठायीठायी श्रीराममंदिरे. अवघा हलकल्लोळ होण्यासाठी श्रीहनुमान मंदिरे. तो इशारतीचे बोलत नव्हता. बोलायाचे लिहीत नव्हता. लिहायचे सांगत नव्हता. 'केल्याने होत आहे', हे दाखवून त्याने मऱ्हाठा तितुका मेळविला.

अशा वेळी ह्या राष्ट्रगुरूला भेटला एक निश्चयाचा महामेरू. जाणता जयवंत राजा छत्रपती शिवाजीमहाराज. दिल्हा गुरूपदेश त्यांना... स्वराज्याचा. मिळाला समर्थांना राजाश्रय. लाभले संरक्षण त्यांना. लागला वाढीला त्यांचा महाराष्ट्रधर्म. सामर्थ्य चळवळींचे गर्जू लागले. हरिकथा-निरूपणासमवेत सुरू जाहले राजकारण. कृपा केलीया रघुनाथे, मिळाले भगवंताचे अधिष्ठान. वन्ही गेला चेतविला. जैशाची तैसा भेटला. धटासी आणिले धट. उद्धटासी उद्धट. बहुत दिसांचे बंड लागले डळमळू. विजयपताका लागल्या लहरू. बहुत जनांचा आधारू असा श्रीमंत योगी अखेरी सिंहासनी बैसला. दास संतुष्ट जाला!

परंतु ही सुवर्णवेळा येईपर्यंत नाना संकटांना तोंड द्यावे लागत होते. अतिशय बिकट अशी देशस्थिती निर्माण झालेली होती.

मनुची, बर्नियर, टॅव्हरनियर वगैरे परदेशी प्रवाशांनी त्या काळात केलेले ह्या देशाचे वर्णन अतिशय विदारक असेच आहे. हृदयद्रावक आहे. कॉस्मा-द-गार्डा ह्या पोर्तुगीज इतिहासकारानेही पुष्कळ लिहून ठेविले आहे. प्रसिद्ध बंगाली इतिहासकार यदुनाथ सरकार यांनीदेखील अंत:करण पिळवटून टाकणाऱ्या भाषेत मोगलकालीन हिंदूंचे समाजजीवन लिहिले आहे.

समर्थांनी अनुभवलेली देशस्थिती ह्याहून वेगळी नाही. तीर्थयात्रेच्या बारा वर्षांत सबंध देशभर त्यांना ती जवळून पाहण्यास मिळाली.

''माणसा खावया अन्न नाही

अंथरूण पांघरूण तेही नाही'' या व त्यापुढील ओव्यांत रामदासांनी डोळ्यांत पाणी आणणारे भेदक चित्र उभे केले आहे. हे सारे पाहुनी...

''फिरे दास, उदास लोकास पाहे''

असे लिहिले आहे.

हे चित्र आपले आहे, आपल्या देशाचे आहे. हे घडलेले आहे. ते प्रत्यक्ष पाहणाऱ्या समर्थांच्या मनाचे काय झाले असेल? ही व्यथा त्यांच्या करुणाष्टकांत व्यक्त झाली नसेल?

''अनुदिन अनुतापे तापलो रामराया ।

--- तुजविण शिण होतो धांवरे धांव आता ।।''

गोदाकाठीच्या ठोसर घराण्यातील एक नारायण कृष्णाकाठी समर्थ बनला.

सहा

स्वत:च्या घराण्यात असलेली सूर्योपासना बदलून सूर्याला गिळणाऱ्या महाबली हनुमानाची उपासना सांगून त्यांनी महाराष्ट्राची तत्कालीन तरुण पिढी बलदंड केली. मऱ्हाठा तितुका मेळवुनी महाराष्ट्रधर्म वाढविला. मनाचे श्लोक सांगितले. अंतरीचा दासबोध स्पष्ट केला. जगावेगळे दासपंचायतन निर्माण केले. हरिकथेच्या निरूपणातून सावधपणे राजकारण साधले. नेटका प्रपंच करून परमार्थ कसा करावा, हे सांगितले.

'शिवराज्याभिषेक' हे समर्थांच्या जिवीचे अंतिम स्वप्न होते. ते घडेपर्यंत त्यांनी रात्रंदिवस हा एकच ध्यास जोपासला. तो पूर्ण केला. दास संतुष्ट जाला!

संकटात असलेला स्वधर्म व मोगलांच्या बंदीत अडकलेले स्वराज्य यांच्या मुक्तीसाठीच शिव-समर्थयुती जाहली. ह्या दोन्ही शक्ती सामान्य नव्हत्या. त्या दैवी होत्या. त्या एकाच काळात जन्माला आल्या, हा योगायोग नव्हता. ही भगवंताची इच्छा होती. चाफळनजीकच्या शिंगणवाडीच्या परिसराने जी शिव-समर्थभेट पाहिली, ती होती श्रीरामाची इच्छा, तुळजाभवानीची कृपा, शंभूशिखरीच्या राजाचा आशीर्वाद, पंढरीच्या पांडुरंगाची किमया!

समर्थांनी आपल्या नव्या शिकवणीने बहुजनसमाजाची मानसिकता समर्थ केली. 'राखावी बहुतांची अंतरे' हे सांगून जातिभेद कधीच मानला नाही. गावोगाव मंदिरे व तालमी बांधून बहुजन समाज एकत्र आणला. सूर्यनमस्काराचे महत्त्व वाढवून तरुणपिढी बलदंड केली. ठिकठिकाणी-देशभर-मठस्थापना करून तेथे प्रभावी 'महंत' नेमले. त्यांनी धर्मरक्षणाचे कार्यक्षेत्र वाढविले. समाजाला 'यत्न तो देव जाणावा' ह्या वास्तववादी दृष्टिकोनाचे नवजीवन मिळाले.

ही कादंबरी लिहिण्यामागील माझ्या प्रेरणा ह्या आहेत. त्या माझ्या अल्पज्ञानाने प्रकट करण्याचा एक 'प्रामाणिक' प्रयत्न मी केला आहे.

दासपंचायतनातील एक थोर समर्थसेवक रंगनाथस्वामी निगडीकर हे मूळचे सोलापूर जिल्ह्यातील सांगोला तालुक्यातील नाझऱ्याचे देशपांडे. 'शिवलीलामृत' हा आजही घरोघर वाचला जाणारा प्रसिद्ध ग्रंथ व इतर पुष्कळ ग्रंथ लिहिणाऱ्या श्रीधरस्वामी नाझरेकरांचे ते चुलते. या नाझरेकर देशपांड्यांच्या घरात मला जन्म मिळाला, हे माझे भाग्य. ह्या थोर पूर्वजांची ही अल्पसेवा, ही केवळ त्यांचीच कृपा.

समर्थांची ही जीवनकहाणी विशेष आकर्षक स्वरुपात सादर करण्याची जबाबदारी 'दिलीपराज प्रकाशन प्रा.लि.' चे संचालक माननीय श्री. राजीव बर्वे यांनी विशेष उत्तमरीतीने पार पाडली. त्यांचे आभार मानावेत तेवढे थोडेच समजावे लागतील.

-अशोक देशपांडे

दास संतुष्ट जाला

राणूबाई एकदम दचकल्या. त्यांना सहजच जाग आली होती. शेजारच्या अंथरुणावर सूर्याजीपंत नव्हते! त्या अगदी घाईघाइने उठल्या. कोपऱ्यातील समईची वात त्यांनी मोठी केली. इकडे-तिकडे पाहिले. कसलीच चाहूल लागत नव्हती.

राणूबाई तशाच बाहेर आल्या. कार्तिकाचा गारवा चांगलाच भासत होता. शुक्राची चांदणी लुकलुकत होती. मध्यरात्र तर केव्हाच सरली होती. पहाटेला थोडा अवकाश असावा.

त्यांच्या जिवात जीव आला. सूर्याजीपंत पलीकडच्या ओसरीवर मंद प्रकाशात दप्तर लिहीत होते. कितीतरी कागदपत्रे पडलेली स्पष्ट दिसत होती. पंत त्यात अगदी गढून गेले होते. जरा दूरवर राणूबाई उभ्या आहेत, हे त्यांना समजलेही नाही.

थोडा वेळ त्या तशाच एका खांबाला टेकून उभ्या होत्या. समईच्या मंद प्रकाशात पंतांचा चेहरा उजळून निघाला होता. ती सात्त्विकता त्या कितीतरी वेळ निरखून पाहत होत्या.

त्यांच्या संसारात एक उणीव होती, पोकळी होती. त्यांची कूस उजवली नव्हती. त्यांच्या बरोबरीच्या स्त्रियांना सुना-जावई आले होते. त्यामुळे बायका त्यांना कुजके बोलायच्या. अपमान व्हायचा चारचौघींत. त्या बायकाही बोलून-बोलून दमल्या. पण ठोसरांच्या घरात पाळणा हलेना.

त्र्यंबकपंत तर नातवाचे मुख न पाहताच गेले होते. त्यांना फार हौस होती नातवंडांची. ''पोरा'', पंतांना सावित्रीबाई म्हणायच्या, ''रामानं मला काही दिलं नाही तरी चालेल; पण एक नातवंड द्यावं.''

पंत काहीच बोलायचे नाहीत. आईची समजूत कशी काढायची, हेच त्यांना कळायचे नाही. आपल्या पत्नीच्या मनाची त्यांना कल्पना आली होती. पण उपाय सापडत नव्हता.

देवाधर्माचे त्यांनी काहीच शिल्लक ठेवले नव्हते. ठोसरांचे घराणे धार्मिक वृत्तीचे होते. सारा कुळधर्म-कुळाचार चालू होता. दिवसभर ते जरी निरनिराळ्या उपासनांत गुंतलेले असायचे, तरी रात्री सारे दप्तर ते पूर्ण करायचे.

पण त्यांच्याही मनात कुठेतरी एक टोचणी होतीच. त्यांच्या घराण्याच्या कृष्णाजीपंत या मूळ पुरुषापासून त्यांची ही बाविसावी पिढी होती. त्यात निपुत्रिक कोणीच नव्हते!

हा कलंक पंतांना टाळायचा होता. राणूबाईंच्या सुकलेल्या जीवनाची नवी फुलबाग त्यांना फुलवायची होती!

* * *

त्यासाठी मग वाट्टेल ते दिव्य करण्याची त्यांची तयारी होती. त्यांचीही एकच इच्छा होती, फक्त एका पुत्राची. भगवंताला बाकी काहीही त्यांना मागायचे नव्हते.

श्रीरामाच्या उपासनेबरोबर त्यांच्या घराण्यात सूर्योपासनाही होती. बलदंड गोऱ्यापान शरीराची देणगी हे ठोसरांचे वैशिष्ट्य होते. त्र्यंबकपंत स्वत: सूर्यनमस्कार घालताना पंतांना बरोबर घेत. पिता-पुत्रांची स्पर्धाच चालायची.

सूर्यावलोकन, अर्घ्यप्रदान व सूर्यनमस्कार पूर्ण झाल्याशिवाय अन्नग्रहण करायचे नाही. गायत्रीजपही चालू असायचा. ह्या उपासनेत खंड नसायचा. कोणाचेही काम अर्धवट ठेवायचे नाही, हा दंडक असायचा.

आसनगावचे त्यांचे मेहुणे भानजीपंत बोदलापूरकर त्यांना कामात मदत करीत. ते हिशोबात चोख होते. आसनगावचा सारा व्यवहार तेच पाहत. दैनंदिन उपासनेत राणूबाईंची मदत व्हायची. सर्व साहित्य त्या व्यवस्थित ठेवीत.

''फार कष्ट पडतात तुम्हाला.'' एकदा पंत म्हणाले, ''पहाटेपासून सारख्या माझ्यामागे सावलीसारख्या असता तुम्ही. तो सूर्यनारायणदेखील दिपून गेला असेल.''

''काहीतरी आपलं तुमचं हे म्हणणं.'' राणूबाई हसून म्हणाल्या, ''सारे तुम्हीच करता. मी फक्त साहित्य पुरविते. तो सूर्यनारायण उलट हसत असेल मला.''

''हसतोय कशाला?'' पंत म्हणाले, ''गेली बारा वर्षे तो वाट पाहतोय

आपल्या व्रताच्या पूर्णतेची. प्रत्येक रथसप्तमीचा उत्सव जोरदार करतो आपण. आदित्यराणूबाईची पूजाही सदासर्वदा चालू आहे.''

''त्यात खंड कधीच पडला नाही.'' राणूबाई म्हणाल्या, ''पूर्वजांनी चालू केलेले सारे आपण करीत आहोत. पाळत आहोत.''

''त्याचे फळ मिळाल्याशिवाय राहणार नाही.'' राणूबाईंचा स्वर बदललेला पाहून त्यांना धीर देण्यासाठी पंत म्हणाले, ''फळाची आशा धरू नये असे जरी गीतेत भगवंतानी सांगितले असले, तरी तुमच्या मनात जे आहे ते पूर्ण होईलच.''

''चला! तुमच आपलं काहीतरीच.'' असे म्हणून राणूबाई स्वयंपाकघरात गेल्या!

त्यांच्या ह्या लटक्या आविर्भावाकडे पंत पाहतच राहिले!

* * *

सूर्याजीपंतांचे डोळे दिपून गेले. तेही चकित झाले. सूर्यनारायणाची प्रार्थना करीत असतानाच त्यांच्यासमोर एकदम प्रखर तेजस्वी प्रकाशवलय निर्माण झाले. क्षणभर त्यांना काहीच दिसेना! अंधारून आले!

आणि त्यातून हळूहळू एक तेजस्वी ब्राह्मण आपल्यासमोर उभा आहे, असे दिसले.

तो भास नव्हता.

पंत आश्चर्याने पाहू लागले.

तो ब्राह्मण मंदस्मित करीत होता.

पंतांना सुरुवातीला ओळख पटेना.

पण क्षणार्धात पंतांनी वंदन केले.

चरणांवर मस्तक ठेवले!

''ऊठ'', तो तेजस्वी महापुरुष धीरगंभीर आवाजात म्हणाला, ''तुमच्या तपश्चर्येने व निष्ठेने मी परमसंतुष्ट झालो आहे. तुम्हा दोघांनी खरोखरच विलक्षण तळमळीने माझी सेवा केली. काहीतरी वर मागा. अवश्य प्राप्ती होईल.''

''सूर्यनारायणा'', त्या विलक्षण तेजाकडे पाहत पंत म्हणाले, ''मला नाशवंत वर नको आहे. अक्षय्यपद प्राप्त होईल असे काहीतरी हवे आहे.''

''अवश्य मागा.''

कोण बोलत आहे हे पाहण्यासाठी राणूबाई एकदम देवघरात आल्या. त्याही दिपून गेल्या. तो विलक्षण प्रकाश त्यांना सहन होईना. ज्या तेजाची आपण मनोभावे सेवा करीत होतो, ते रुपडे आपल्या डोळ्यांसमोर उभे आहे, हे त्यांना कळून चुकले. त्यांनीही त्या तेजाला वंदन केले.

"मुली", सूर्यनारायण प्रसन्न होऊन म्हणाले, "वर माग. तुझ्या भक्तिभावाने तू मला जिंकले आहेस. तुझ्या व्रतातील दर रविवारी मी तुझ्या आवाहनाबरोबर येथे उपस्थित होत होतो. आज तुला इच्छित वर देण्याची मंगल वेळ आली आहे."

"देवा!" राणूबाई मनोभावे हात जोडून म्हणाल्या, "मी वेगळे काय मागणार? ह्यांना जे हवे आहे तेच मलाही हवंय्."

"हे चांगले झाले" सूर्यनारायण पंतांना म्हणाले, "उशीर होत आहे. इच्छा जरूर लवकर व्यक्त करावी."

"परमेश्वरा", पंत नम्रतेने हात जोडून म्हणाले, "आपल्या कृपेने मला परम भागवत असा पुत्र मिळावा, हीच एकमेव इच्छा आहे."

"तथास्तु!", सूर्यनारायण मंदस्मित करीत म्हणाले, "तुम्हास दोन पुत्र तर होतीलच. पण शिवाय पुढील रामनवमीला रामदर्शन होऊन कल्याण होईल."

प्रकाश हळूहळू अस्पष्ट होत गेला. तेजोवलय संपले!

सूर्याजीपंत व राणूबाई पाहतच राहिले एकमेकांकडे! अघटित घडून गेले होते. फार दिसांची मनीषा पूर्ण होणार होती.

तो दिवस रथसप्तमीचा होता!

उन्हाळा आता हळूहळू सुरू होणार होता. तरी पंतांच्या जीवनातील उन्हाळा संपणार होता.

माघ महिन्यात सुखद श्रावणच सुरू झाला!

* * *

भानजीमामा कितीतरी वेळ उभे होते. पंत व राणूबाईंचे लक्षच नव्हते. ते दोघेही दिपून गेले होते. आजची रथसप्तमी पावली होती.

"अहो पंत", न राहवून भानजीमामा म्हणाले, "अहो, आमच्याकडे पहा तरी एकदा! कसला जप चाललाय एवढा दोघांचाही!"

"याऽऽ मामा याऽ" स्नप्नातून जागे झाल्याप्रमाणे पंत म्हणाले, "केव्हा आलात? आम्हाला कसे कळणार?"

"ते खरंय सारं." मामा उद्‌गारले, "काय चालले होते एवढे? तुम्ही दोघे गप्पच!"

"काय बोलणार आम्ही!" राणूबाई म्हणाल्या, "आपल्या बुद्धीच्या पलीकडील घटना घडली आज."

राणूबाईंनी सारी हकिकत भावाला सांगितली.

"कल्याण झाले." रथसप्तमीच्या सूर्यप्रतिमेला वंदन करीत मामा म्हणाले,

"नुसत्या फलाहारावर राहून तुम्ही दोघांनी हे जे व्रत केले, त्याचे फळ मिळाले आज. तुमच्या पत्रिका मी एकनाथांना पूर्वी दाखविल्या होत्या. त्यांनीही हेच सूचित केले होते. मी बोललो नव्हतो. नाथवाणी खरी ठरली. रामजन्माच्या उत्सवात यंदापासून एकनाथी रामायण लावू या आपण. म्हणजे नाथांचीही सेवा होईल."

पंतांना ही सूचना आवडली. त्यांनी लगेच ती स्वीकारली. त्र्यंबकपंत असताना नाथ एकदा घरी आले होते. या घरावर त्यांची कृपाच त्यामुळे झाली होती. ठोसरांच्या घरातील रामसेवाही नाथांना आवडली होती.

तेवढ्यात अरगडगव्हाणचे पाटील आल्यामुळे बोलणे तेथेच थांबले.

राणूबाईंनाही स्वयंपाक करायचा होता. आपल्या भावाला त्यांनी ठेवून घेतलं.

महाप्रसाद करून आज सूर्यनारायणांना नैवेद्य दाखवायचा होता!

* * *

लहानपणापासून श्रीरामाचे वेड असणाऱ्या सूर्याजीपंतांना आता रामदर्शनाची ओढ लागली. साक्षात सूर्यनारायणांनी हे सांगितले होते. त्यामुळे पंत आता राममय झाले होते. रामनामाचा जप सारखा चालूच होता. रामायणे वाचली जात होती.

त्यांना त्यासाठी एकांताची गरज होती. जांबेच्या चारी बाजूंना गर्दी असायची. एकही ठिकाण त्यांना सापडेना. गोदावरीच्या वाटेवर एक पुराणे मारुतीचे मंदिर होते. त्याच्या उजवीकडे शंकराचेही होते. तेथे दर सोमवारी व श्रावणास गर्दी असायची. मारुती मंदिराच्या मागच्या बाजूला एक मोठा कोनाडा होता. तिकडे सहसा कोणी फिरकत नसत. त्यात पंत पुष्कळ वेळा यायचे व जप करायचे.

"बेटा", शंकराच्या मंदिराच्या पायरीवर एकदा एकटेच बसलेल्या पंतांना पाहून एक अनोळखी साधू म्हणाला, "कसला विचार करीत आहेस? काय हवंय तुला?"

"काही नाही." त्या तेज:पुंज साधूकडे रोखून पाहत पंत जरा दचकून म्हणाले, "कोण आहात आपण, महाराज? इथे केव्हा आलात?"

"आम्ही एका ठिकाणी कधीच राहत नसतो, बेटा." तो साधू जरा हसून म्हणाला, "जेथे जातो तेच आमचे गाव! केव्हा पुढील प्रवासाला निघू, याचा काहीच नेम नसतो. आज सकाळीच आलो. राम जेथे नेईल तेथे जातो."

"आमच्या घरी चलावे, महाराज" पंत नम्रतेने म्हणाले, "हा गृहस्थधर्म आहे. मीही रामसेवकच आहे."

"म्हणून तर गाठभेट झाली आपली."

नंतर पंतांनी त्या साधूला पुष्कळ प्रश्न विचारून, स्वतःच्या शंका फेडून घेतल्या.

"बेटा", साधू आनंदाने शेवटी म्हणाला, "तुझे विचार चांगले आहेत. तू समाजाचा विचार करतोस, ही गोष्ट मला आवडली. राम तुला याचे फळ निश्चित देईल. तुझ्या घराण्यात अपूर्व असा रामभक्त जन्माला येईल. तुझ्या साऱ्या इच्छा तोच पूर्ण करील"

सुखावलेल्या सूर्याजीपंतांनी त्या विलक्षण तेजस्वी साधूच्या चरणांवर मस्तक ठेविले!

* * *

"श्रीराम ! श्रीराम" खणखणीत आवाजाचे हे शब्द कानी पडताच सूर्याजीपंत पूजा करीत असताना बाहेर आले. दारात तो महान साधू अवचितपणे उभा होता. तेच रूप तेच तेज!

"यावे ऽ महाराज", पंत वंदन करून म्हणाले "आत यावे."

"नाही मुला, नाही." धीरगंभीर आवाजात तो म्हणाला, "घर आम्हाला वर्ज्य आहे. काय वाढायचे असेल ते बाहेर आणा."

राणूबाईंनी लगेचच त्याच्या झोळीत तांदूळ घातले. त्याच्या पायांवर डोके ठेवले.

"महाराज," पंत म्हणाले, "प्रसाद हवाय."

"मिळेल." मंदस्मित करून तो साधू म्हणाला, "एक पाट आणा."

आत जाऊन राणूबाईंनी एक पाट आणला. तो स्वच्छ धुतलेला होता तरी, त्या साधूने तो पुसला. झोळीतून एक डबी बाहेर काढली. त्यात पांढरा रंग होता.

एका बारीक काडीने त्या साधूने पाटावर धनुर्धारी श्रीरामाचे पांढऱ्या रंगाने मनमोहक चित्र काढले! इतके सुंदर ध्यान पंत व राणूबाई प्रथमच पाहत होते.

"याची रोज जोडीने पूजा करा. तुमची मनोकामना लवकरच पूर्ण होईल."

त्या दूर जाणाऱ्या जगावेगळ्या रामभक्ताकडे ते दोघेजण पाहतच राहिले!

* * *

"श्रीराम जय राम जय जय राम"

हा त्रयोदशाक्षरी मंत्र सांगून साक्षात श्रीरामांनी सूर्याजीपंतांच्या मस्तकी हात ठेवून त्यांना आशीर्वाद दिला; अनुग्रह दिला.

"पंत", श्रीराम हसून म्हणाले, "भगवान सूर्यनारायणांनी तुम्हाला सांगितल्याप्रमाणे दोन पुत्र होतील. त्यांच्यामुळे आपल्या सर्व मनोकामना पूर्ण होतील."

पंतांनी श्रीरामाच्या नंतर सीतामाईच्या, लक्ष्मणाच्या व श्रीहनुमानाच्या चरणांवर

मस्तक ठेवले.

श्रीरामांनी त्यांना पंचधातूच्या आपल्या सर्वांच्या सुंदर रेखीव मूर्ती नित्यपूजेसाठी दिल्या. पाहता-पाहता सारे अंतर्धान पावले! विलक्षण प्रकाश कमी-कमी होत जाऊन अंधार होत गेला...!!!

* * *

--- सूर्याजीपंत एकदम जागे झाले. त्यांना काहीच समजेना. त्यांनी इकडे-तिकडे पाहिले. शांत झोपलेल्या राणूबाईंच्याशिवाय त्या खोलीत कुणीही नव्हते.

त्या खोलीतील मंद प्रकाशात त्या अत्यंत तेजस्वी मूर्ती चमकत होत्या. कितीतरी वेळ पंत त्या रूपमनोहर मूर्तींना हात जोडून वंदन करीत होते. तो दिवस होता रामनवमीचा...!

राणूबाई शांत झोपलेल्याच होत्या. पंतांना झालेल्या साक्षात्काराची त्यांना काहीच कल्पना नव्हती. अखेर पंतांनी त्यांना उठवून सारी हकिकत सांगितली.

"माझं काय चुकलं?" राणूबाई रडवेल्या होऊन म्हणाल्या "जसे सूर्यनारायणांनी मला दर्शन दिले, तसे श्रीरामांनी का नाही दिले?"

पंत त्यांना पुष्कळ वेळ समजावून सांगत बसले.

"बरं का," पंत म्हणाले, "दर्शन जरी मला झाले असले तरी ह्या मूर्ती मात्र श्रीरामांनी तुम्हालाच दिल्या आहेत. त्यामुळे तर आपले भाग्यकमळ उमलणार आहे!"

ही गोष्ट मात्र राणूबाईंना पटली!

* * *

पंतांचे आज भल्या पहाटेच स्नान झाले. श्रीरामांनी प्रत्यक्ष दिलेल्या त्या मूर्तींची देव्हाऱ्यात स्थापना करण्याचे त्यांनी ठरविले. स्नान करता-करता त्यांच्या मुखातून विवेकसिंधूतील मुकुंदराजांच्या ओव्या सहजपणे सुरू झाल्या...

रामु गुणाचा सागरु । महिमेचा मेरू ।
ब्रह्मविद्या देता उदारु । तोचि एक ।
रघुनाथाचे या गुणी । समानु नाही त्रिभुवनी ।
म्हणौनी तोचि येकु यो योगजनी । वंदीजे यावे ...

स्नान संपताच त्यांची पूजा सुरू झाली. अभिषेकाच्या मंत्राने मूर्तींची स्थापना झाली. दारी मोगरा बहरला होता. राणूबाईंनी त्याचे सुंदर लहान-लहान हार तयार केले होते. पंतांनी ते मूर्तींना घातले. पटकन बाहेर जाऊन त्यांनी कलमदान आणले

व देव्हाऱ्याजवळ ठेवले! तीर्थ घेण्यासाठी आलेल्या राणूबाईंना आश्चर्य वाटले.

त्यांनी विचारल्यावर पंतांनी आजपासून नोकरी सोडल्याचे सांगितले! आता ते दप्तर लिहिणार नव्हते. फक्त रामसेवा आता सुरू झाली होती.

"लोक काय म्हणतील?" राणूबाईंनी त्यांना घाबरून विचारले, "वरिष्ठांना काय वाटेल?"

"आता ठरविले ते ठरविले." पंत निर्धाराने म्हणाले, "ही श्रीरामाचीच इच्छा आहे. ही आकडेमोड करता-करता मी जीवनाचा हिशेब चुकून बसलो होतो. आता ही चूक मी करणार नाही. पुढील सारे पाहण्यास तो श्रीराम समर्थ आहे. तुम्ही मुळीच काळजी करू नका."

पंतांनी राणूबाईंच्या हातावर तीर्थ दिले!

* * *

कुलकर्णीपणाच्या दप्तराचे काम सोडून दिल्यामुळे पंतांची रामसेवा व्यवस्थित चालू झाली. दिवसभर फक्त रघुनंदन! त्याचीच उपासना. रामायणाचे पारायण!

गावाबाहेर नदीजवळ वडाची पाच मोठी झाडे होती. त्या भागाला 'पंचवटी' म्हणत. तेथे फारसे कोणी जायचे नाही. पंत तेथे येऊन चिंतन करीत. जप करीत. सावली चांगली मिळायची.

रणरणत्या उन्हात ते एकदा या रमणीय झाडीत आले. मंद वारा सुटला होता. पाहतापाहता त्यांची भावसमाधी लागली.

काही वेळातच एक लहानसा दगड त्यांच्या डोक्याला लागला. ते एकदम दचकले. इकडे-तिकडे पाहिले. पलीकडे एक चिंचेचे झाड होते. झाडाचा बहर केव्हाच संपला होता. काही वाळक्या चिंचा वर असाव्यात.

त्यांच्या घराजवळच्या सुताराचा लहानगा पाराजी दगड मारून चिंचा पाडीत होता. त्याला पंत दिसले नव्हते. ते झाडाच्या आड होते.

"काय रे पाराजी?" पंत मोठ्या आवाजात म्हणावे, "काय चाललाय उद्योग?"

घाबरत घाबरत त्याने सारे सांगितले.

चिंचा राणूबाईंना हव्या होत्या!

काय समजायचे ते पंतांना समजले!

राणूबाईंना हवी असलेली वेळा आली होती.

रघुनाथाचा आशीर्वाद फळाला आला!

* * *

दिवाळीनंतर पंतांनी भानजीमामांना ठरल्याप्रमाणे निरोप पाठविला. मामींना घेऊन ते लगेच आले. आपल्या नणंदेचे पहिले बाळंतपण काशीताई करणार होत्या. दिवस जवळ येत होते. ठोसरांच्या घरात पाळणा हलणार होता.

पुत्ररत्न झाल्याचे काशीताईंनी येऊन सांगताच सूर्याजीपंतांचा जप थांबला. पुत्रमुख पाहण्यासाठी ते मामाबरोबर गेले.

"अगदी मामासारखा दिसतोय." पंत बाळाकडे निरखून पाहत म्हणाले, "काहीही फरक नाही!"

"आत्ताच काय कळतंय्!" राणूबाई हसून म्हणाल्या, "बाकी मामासारखा होताच इथे म्हणा"

"काय करणार?" भानजीमामा म्हणाले, "बहिणाबाईंचा तसा हुकूमच होता. मग बिचारा भाऊ काय करणार? आता फक्त एक करायचे"

"काय?" पंतांनी विचारले

"हा नाथांचा प्रसाद आहे." मामा म्हणाले,

"एकनाथी रामायणामुळे हे सारे घडले आहे. तेव्हा पैठणला जायला हवे बाळाला घेऊन."

राणूबाईंनी होकार दिला. बाळाचे नाव काय ठेवायचे हे ठरल्यासारखेच होते. राणूबाईंनी फार वर्षांपूर्वी गंगेला नवस केला होता. त्यामुळे 'गंगाधर' नाव ठेवण्याचे ठरले!

तसेच झाले. ठोसरांच्या घरातील हे पहिले बारसे थाटामाटात पार पडले. काही दिवसांनी पैठणलाही सारे जाऊन आले.

मामा पुन्हा नवस बोलले! पुढील वेळीही पैठणला यावे लागेल! नाथांचा प्रसाद मिळाला!

हा नाथांचा प्रसाद लवकर पावला!

* * *

या वेळी राणूबाईंच्यात एकदम फरक पडला होता. पंतांच्याप्रमाणे राणूबाईंचीही रामसेवा वाढली. मारुतीची उपासना सुरू झाली. त्यांना आता दुसऱ्या एका साधूकडून पारावर हनुमानाचे चित्र काढून मिळाले. त्या दोन्ही दैवतांशिवाय राणूबाईंना चैन पडेना. त्या सतत कसल्यातरी चिंतनात गर्क असत.

"कसला एवढा विचार चालू आहे?" एकांतात राणूबाईंना पाहताच पंत हसून म्हणाले, "पाहावे तेव्हा एकांतात काहीतरी चिंतन चालू असते!"

"छे! तुमचं आपलं काहीतरीच." काहीतरी बोलायला हवे म्हणून राणूबाई म्हणाल्या "मी कसला करणार विचार? मला काय समजतंय?"

"मुळीच नाही.'' पंत डोळे मिचकावून म्हणाले ''तुम्ही काहीतरी लपवीत आहात! गंगाधराच्या वेळी हे असले काही चालू नव्हते!''

''वा! आली का शंका तुम्हाला?'' राणूबाई मनमोकळेपणाने हसून म्हणाल्या ''बरं, झालं हे! मी सांगणार सांगणार म्हणून टाळत होते... ते समजलंच तुम्हाला!''

''पण हे वेगळंच दिसतंय् काहीतरी.'' पंत विलक्षण समाधानाने म्हणाले, ''चिंचा वगैरे नकोत वाटतं या वेळी? की पाराजी भेटला नाही?''

''प्रत्येक वेळी चिंचाच हव्या असतात असे नाही.'' राणूबाई लाजून म्हणाल्या, ''मला अगदी काहीतरी वेगळेच वाटतंय- अगदी न सांगता येण्यासारखं!''

''आपल्या पलीकडची कमळी पळवून नेली ना,'' राणूबाई डोळ्यांत आलेले पाणी पुशीत म्हणाल्या, ''त्याचं फार वाईट वाटतंय मला. भासनगावच्याही दोन-तीन मुली पळविल्या आहेत. ह्या गोष्टी थांबल्या पाहिजेत. वचक राहिलाच नाही ह्या लोकांना.''

''कोण काय करणार याला?'' सूर्याजीपंत गंभीरपणे म्हणाले, ''बादशाही अंमलदारांना कोण जाब विचारणार? हे बादशहालाच आव्हान ठरेल. हे सोपे नाही.''

''पण तेच व्हायला हवे आता.'' राणूबाई ठामपणे म्हणाल्या, ''कोणीतरी जन्माला यायला हवा. मला स्वप्नेही अशीच पडताहेत. लांब कोठेतरी डोंगरदरीत राहत असल्याचा भास होतो. मारुतराय असतात सोबतीला. श्रीरामाचा सारखा जयजयकार चालू असतो.''

या विषयावर बरीच चर्चा झाली. हे नवे डोहाळे काहीतरी सूचक असल्यासारखे पंतांना वाटले. काहीतरी वेगळे घडणार!

गंगाधरचा आवाज आल्यामुळे राणूबाई पटकन गेल्या.

समोरच्या पाटावरील रामभक्त हनुमान आपल्याकडेच पाहत आहेत, असे पंतांना वाटले...!

* * *

दिवस होता रामनवमीचा. रामनवमी दरवर्षी येते. पण ही नवमी पंतांना वेगळीच वाटत होती.

रामनवमीचा उत्सव जसा सुरू झाला, तशा राणूबाई अस्वस्थ झाल्या. त्या फार अवघडल्या होत्या. काशीताईंनी पाटोदेकरांच्या आजीबाईंना लगेच आणून त्यांची प्रकृती दाखविली.

''काळजीचं कारण नाही.'' आपल्या बटव्यातील चार मुळ्या देऊन आजीबाई म्हणाल्या, ''चांगले आठ दिवस जातील होऽ! यांचा काढा करून द्या रोज. म्हणजे

सारे काही व्यवस्थित होईल. पोरीची नाडी मुलाची आहे.''

काशीताईंनी ही वार्ता पंतांना सांगितली. आजीबाईंची नाडीपरीक्षा अचूक असायची, हे त्यांना माहीत होते.

रामनवमी नेमकी आठच दिवसांनी होती! त्या दिवशी मुलाचा जन्म व्हावा! पंत एकदम सुखावले! हा अपूर्व योग येणार होता.

राणूबाईंचा त्रास अधिकच वाढला. वेदना फार होत. पण मारुतरायाच्या चित्राकडे पाहत त्या सारे सहन करीत. हा रघुनंदनाचा आशीर्वाद होता.

उत्सवाचा एकेक दिवस पार पडत होता.

रामकथा रंगत चालली.

रामनवमी उगवली.

तो अपूर्व सोहळा सुरू होणार होता.

भानजीमामांची सारी तयारी पूर्ण झाली.

रामजन्माच्या कथेसाठी मामा उभे राहिले.

पंत धार्मिक विधीत गुंतत चालले.

राणूबाईंच्या कळा वाढू लागल्या.

पाटोदेकरांच्या आजीबाईंना बोलावणे गेले. त्यांच्या मात्रा सुरू झाल्या.

रामजन्माची घटिका जवळ आली.

कळा वाढू लागल्या.

पाळण्याभोवती गर्दी वाढू लागली.

फुलं-गुलाल-हार घेऊन भाविक तयार झाले.

भानजीमामांनी रामजन्म झाल्याचे सांगताच फुलांची-गुलालाची उधळण सुरू झाली.

जयजयकार घुमू लागला.

आजीबाईंनी नेमक्या याच वेळी राणूबाईंची सुटका केली!

देवळात व घरात जन्म एकदम झाला! रामजन्म झाला. राम जन्मला. साऱ्या जांबेत श्रीरामाचा जयघोष दुमदुमू लागला. तल्लीन होऊन रामाचा जयजयकार करणाऱ्या पंतांना पुत्रजन्माची वार्ता सुताराच्या पाराजीने सांगितली.

पुत्र झाला... ! अगदी रामजन्माच्या घंटानादाबरोबरच!

- पाळण्यातील त्या श्रीरामाकडे हात जोडोनिया पंत कितीतरी वेळ उभे होते.

श्रीराम जय राम जय जय राम!

* * *

साऱ्या जांबेत ही वार्ता पसरली.

ठोसरांच्या घरी रामजन्मावेळीच मुलगा जन्माला आला!

हा योगायोग आश्चर्यकारक होता!

पुत्रमुख पाहताच पंत अत्यंत समाधानी झाले. रामजन्माचाच आनंद हा!

"दृष्ट होईल बरं का." राणूबाई हसण्याचा प्रयत्न करीत म्हणाल्या, "किती वेळ पाहायचे ते!"

"समाधान होईपर्यंत." पंत म्हणाले, "गंगाधरापेक्षा खूपच वेगळी आहे स्वारी. भुईवर आत्ताच आलेत; पण फार दिसांची ओळख असल्याप्रमाणे आमच्याकडे तोही पाहतोय!"

"ओळख असावी लागत नाही." काशीताई म्हणाल्या, "आपलं माणूस चटकन ओळखू येतं. सांगावं लागत नाही!"

हे मात्र पंतांना पटले. बाळ खरोखरच तेजस्वी होते. रामाचा हा प्रसाद निश्चित वेगळा होता. सूर्यनारायणांचे बोल खरे ठरले.

ही आठवण राहण्यासाठीच पंतांनी बाळाचे नाव 'नारायण' ठेवणे! हेही बारसे जांबकर विसरले नाहीत.

राणाऊंचा हा 'नारायण' वेगळाचि होता!

* * *

सूर्याजीपंतांना एक पेच नेहमी पडू लागला! गंगाधर की नारायण?

गंगाधर कसा मोठा होत गेला, हे कुणाच्या लक्षातही येत नव्हते.

नारायणाचा मात्र भूमंडळी गाजावाजा फार होऊ लागला. नारायण चांगलाच थोराड दिसू लागला. गंगाधर बाहेर पडायचाच नाही. नारायण घरात टिकायचा नाही! वाट फुटेल तिकडे पळायचा.

राणाऊंना हा एक व्यापच झाला होता. एखादे काम हाती घेतले, की नारायणासाठी किती वेळा बाहेर पळावे लागेल, याचा काही नेम नसायचा. शेजारच्या कुणाच्याही घरी जायचा. पाटलांच्या घरी दिवसातून कितीतरी वेळा असायचा. पाटलीणबाई त्याला घेऊन घरी यायच्या. काहीतरी खातच असायचा तो!

त्यामुळे राणाऊ सारख्या चिंतेतच असायच्या. हा सारखा बाहेरच. भीती कशाचीच नाही. बोलायचा गोड. त्यामुळे त्याला रागवायचे राहूनच जायचे.

"अरे नारायणा," त्रासलेल्या राणाऊ म्हणायच्या, "बागुलबुवा नेईल की तुला."

"मी त्याचा बाप आहे." नारायण मूठ आवळून म्हणायचा, "दाखव मला तो. पाहतो मी त्याच्याकडे."

नारायण मोठ्या माणसांसारखे बोलायचा. त्याला शिकवावे लागायचे नाही.

गंगाधर अगदी अबोल होता. त्याच्याहून मोठ्या असणाऱ्या पोहेकरांच्या वामन्याला धड बोलतादेखील यावयाचे नाही. नारायणाची प्रत्येक गोष्ट वेगळी!

राणाऊ नेहमी त्याच्यावरून मीठ-मोहरी उतरून टाकायच्या!

न जाणो कुणाची दृष्ट लागली तर!

* * *

"याची मुंज करून टाका लवकर. म्हणजे गायत्रीमंत्रामुळे हा पोरगा एकदम सुधारेल." पैठणचे प्रख्यात ज्योतिषी वेदमूर्ती भिकंभट्ट नारायणाची पत्रिका व हात पाहून म्हणाले, "पंत, अशी जगावेगळी पत्रिका आम्हीतरी प्रथमच पाहत आहोत!

"काय आहे ह्या बाबाच्या नशिबात?" सूर्याजीपंत काळजीने म्हणाले, "काही चांगले असले तरच सांगा."

"पंत," वेदमूर्ती भिकंभट्ट म्हणाले, "चिंतेचे काही कारण नाही. षष्ठातील मंगळामुळे हा मुलगा शत्रूवरदेखील छाप पाडील. योग्य ठिकाणी शुक्र असल्याने हा मुलगा फार मोठी कामगिरी करणार आहे. एवढेच नव्हे, तर रवि बलवान असल्याने हा श्रेष्ठ धर्मोपासक होणार आहे. चिरंतन काळापर्यंत लोक याला ओळखतील असा श्रेष्ठ ग्रंथ याच्या हातून लिहिला जाणार आहे."

"बरं झालं मग!" पंत आनंदानं म्हणाले, "मला फार काळजी वाटते याची."

"फार वेगळा पोरगा आहे हा." वेदमूर्ती म्हणाले, "याच्यामुळे ठोसरांच्या घराण्याचा नावलौकिक तर वाढेलच; पण ही भूमी सोडून हा अन्य ठिकाणी जाण्याचे स्पष्ट योग आहेत. शिवाय फार मोठ्या राजाशी याचा संबंध येण्याची शक्यता आहे."

सूर्याजीपंतांनी आणखी पुष्कळ शंकांचा खुलासा करून घेतला.

काहीही न बोलता पलीकडे बसलेल्या राणाऊ नाही म्हटले तरी एकदम सुखावल्या. नारायणाचा अवखळपणा खरं म्हणजे त्यांना आवडायचा. गोरापान व हसऱ्या जिवणीचा नारायण त्यांचा तसा लाडका होता.

भानजीमामांनी बोललेला नवस फेडण्यासाठी पैठणला आले होते सगळे.

वेदमूर्तींच्या भविष्याने सर्वांच्या डोळ्यांसमोर वेगवेगळे चित्र उभे राहत होते!

त्यांनी सांगितलेला नारायण वेगळा होता!

* * *

"नारायणाकडे लक्ष द्या जरा" आळीतील बायकांच्या तक्रारीमुळे कंटाळलेल्या राणाऊ अखेर पंतांना म्हणाल्या, "तो अजिबात ऐकेनासा झाला आहे. सारी पोरे

गोळा करून तो कुठेही भटकत असतो. गावाबाहेरदेखील! एखाद्या पोराला काही झाले तर?''

राणाऊंचे म्हणणे खरे होते. वाढत्या वयाबरोबर नारायणाच्या विविध खोड्या फार मोठ्या प्रमाणात वाढल्या होत्या. तो घरात नसायचाच!

साळजोशींचा माधव, जमदाड्यांचा लिंबाजी, शेंगट्यांचा आबा, वानोळ्यांचा आत्माराम, निरजी वडेकर वगैरे त्याची मित्रमंडळी सारखी त्याच्याभोवती असत. कोणता खेळ खेळायचा, हे नारायण ठरवी!

विशेषत: सूरपारंब्या त्याला आवडे. ह्या झाडावरून त्या झाडावर उड्या मारण्यात नारायण पटाईत होता. झाड कितीही उंच असू द्या, तो शेंडा गाठायचा!

पंतांच्या बरोबर तोही सूर्यनमस्कार घालायचा. साऱ्या मित्रांना तो नमस्कार घालायला लावायचा. घरी कुणीच थांबत नसत. जेवणाची वेळ झाली, की साऱ्या आया गावभर पोरांना हुडकीत!

पंतांनाही हे माहीत झाले होते. राणाऊंनी तक्रार सांगताच त्यांना त्यात तथ्य वाटले.

''माझ्याही मनात नेमकी हीच गोष्ट आली.'' पंत गंभीर होऊन राणाऊंना म्हणाले, ''काहीतरी उपाय शोधायलाच हवा. गंगाधर अध्ययनाच्या मागे असतो. त्याला सारे समजू लागले आहे. तो मळ्यातही जातो.''

''नारबाला या कशाचीही गोडी नाही.'' राणाऊ म्हणाल्या, ''हा केव्हा मार्गाला लागणार कुणास ठाऊक! चार पोरे मात्र त्याने नादाला लावलीत.''

''वेदमूर्तींनी सांगितल्याप्रमाणे त्याची मुंज लवकर करणे हाच उपाय आहे यावर.'' पंत निश्चयाने म्हणाले.

नारायणाची मुंज करण्याचे अखेर ठरले!

* * *

मुंजीपूर्वीच्या मातृभोजनाची सारी तयारी झाली, तरी नारायण काही कुणाला सापडेना. राणाऊ कधीच्या वाट पाहत होत्या. घटका भरत आल्यामुळे मुहूर्त साधायचा होता. सगळेजण त्याला शोधण्यास गेले होते!

पंतांनाही तो लवकर सापडेना. कुठेतरी गोट्या खेळत असलेला तो सापडायचा. त्याला गोट्यांचा खेळ फार आवडायचा. त्याची खेळण्याची सारी ठिकाणे शोधली त्यांनी. त्याला काय हवे आहे हेच कुणाला समजेना.

लिंबाजी जमदाड्याच्या घरात रांजणाच्या आड तो लपून बसला होता. गोंधळ ऐकू आल्यावर लिंबाजीच्या आईने ही वार्ता दिली.

मातृभोजनाला मुंज झालेली मुलेच जेवणास सांगण्याची पद्धती होती. त्याप्रमाणे दहा-बारा 'मुंजे' सांगितले होते. परंतु त्यांत नारायणाचा सारा 'परिवार' येत नव्हता! ही सारी मित्रमंडळी त्याला मातृभोजनाला बोलवायची होती. त्याचा हा हटवाद मान्य होण्यासारखा नव्हता. अशी पद्धत नव्हती.

गंगाधरने ही गोष्ट पंतांना सांगताच ते एकदम चिडले. राणाऊंनी अखेर पंतांची समजूत काढली. नारायणाचा हट्ट पुरविला.

मातृभोजनानंतरच्या साऱ्या विधींत नारायणाने विलक्षण उत्साहाने भाग घेतला. आपल्या मित्रमंडळींच्या सहवासात त्याला सारे करायचे होते.

राखावी बहुतांची अंतरे!

* * *

''नारायणात काहीतरी वेगळेपण निश्चित आहे.'' सूर्याजीपंत एकदा राणाऊंना म्हणाले, ''भिकंभटानी त्याच्या बाबतीत जे काही सांगितले, ते थोड्याफार अर्थाने वेगळ्या स्वरूपात काल आलेल्या काशीच्या रघुनाथ पंडितांनी सांगितले.''

''त्या धोंडोपंत साकळगांवकरानीही तुम्हाला सांगितले होतेच.'' राणाऊ म्हणाल्या.

''होय, त्या पंतोजींनी फार चांगले उद्‌गार काढले. त्याच्या पाठांतराबद्दल व हस्ताक्षरासाठी. तो एकपाठी आहे. शिकविण्यासारखे त्यांच्याजवळ काहीही उरले नाही. मीही त्याचे संस्कृत-अध्ययन पूर्ण केले.''

''या सर्वांचा परिणाम असावा हा.'' चुलीला पोतेरे घालता-घालता राणाऊ म्हणाल्या, ''फक्त त्याचे मित्र व खेळ हाच प्रश्न सुटलेला नाही अजून.''

''तोही येईल कमी हळूहळू.'' पंत म्हणाले, ''त्याच्याकडून आपणच काही चांगल्या गोष्टी करून घेतल्या पाहिजेत.''

''मलाही तसेच वाटते.'' हात धुतांना राणाऊ म्हणाल्या, ''गंगाधराचे मार्गी लागलेच की. सूनबाईही समंजस निघाली.''

''चांगली आहे पार्वती.'' पंत म्हणाले, ''त्या आंबडकर देशमुखांनी सांगितल्याप्रमाणे त्यांची ही कन्या चांगली निघाली. गंगाधराचे कल्याण झाले. प्रश्न राहिलाय फक्त या नारायणाचा! मी तर असा थकत चाललोय! पुढे कसे होणार कुणास ठाऊक!''

''उगाच काहीतरी बोलू नका.'' राणाऊ गंभीर होऊन म्हणाल्या, ''असं किती झालंय वय तुमचं? पुष्कळ गोष्टी अजून व्हावयाच्या आहेत.''

''चाळिशी तर केव्हाच उलटली आहे'' पंत लागलेला श्वास दबवीत म्हणाले, ''ह्या प्रकाराने बेजार झालोय् मी. रात्री जोर वाढतो. झोप येत नाही.''

''उगाच कसली काळजी नका करू'' राणाऊ म्हणाल्या, ''त्यामुळे झोप जातेय तुमची. नारबाची चिंता मुळीच करू नका. परवा ताकाची व्यवस्था कर म्हणायचा अवकाश की ताकाची भांडीच्या भांडी गोळा करून आणली उत्सवात त्याने.''

तरीही नारायणासंबंधी कितीतरी वेळ ते बोलत बसले.

पंतांना स्वत:च्या जीवनाची खात्री वाटत नव्हती!

''नारायण काही बोलता का?'' सूर्याजीपंत राणाऊला म्हणाले!

''कशाबद्दल?''

''पैजेबद्दल!'' पंत हसत म्हणाले,

''कशाची पैज!'' राणाऊंनी आश्चर्याने विचारले,

''कुणी लावली?''

''निराजीने लावली होती.'' पंत म्हणाले, ''ज्वारीची भरलेली गोणी पैजेप्रमाणे नारायणाने उचलली पाठीवर! निराजी हरला होता. पांडू लोहाराच्या मळ्यात हे सारं घडलं!''

''कुणी सांगितलं तुम्हाला?'' राणाऊंनी आश्चर्याने विचारले.

''पांडूनेच सांगितले मला.'' पंत म्हणाले, ''नारायणाच्या ताकदीवर तो भलताच संतुष्ट झालाय. या वयात भरलेले पोते त्यानेही उचलले नव्हते.''

* * *

बराच वेळ पंत पांडूबद्दलच बोलत होते. त्याने व्यायामशाळा काढली होती. त्या शाळेत त्याने नारायणाला बोलावले होते. कुस्तीचे सारे डावपेच तो त्याला शिकविणार होता. इतके बलदंड ब्राह्मणाचे पोर त्याने कधीच पाहिले नव्हते!

नारायणाने ही सारी हकिकत लगेचच आईला सांगितली होती. पंत काय सांगतात, हे राणाऊंना ऐकायचे होते!

''चांगले झाले हे.'' राणाऊ समाधानाने म्हणाल्या, ''या धकाधकीच्या काळात शरीर हीच एकमेव संपत्ती आहे. चार डावपेच येतील त्याला.''

''मला आता कसलीच चिंता नाही.'' पंत समाधानाने म्हणाले, ''नारायण कशातही कमी नाही. अभ्यास तर सारा पूर्ण होत आलाय. अक्षर उत्तम आहे. गंगाधराच्या विरुद्ध एक टोक म्हणजे नारायण!''

''माझा नारबा ठोसरांच्या घराण्याचे नाव राखील.'' राणाऊ म्हणाल्या, ''श्रीरामाला माझी एवढीच प्रार्थना आहे!''

रघुनायका मागणे हेचि आता!

* * *

''बाबा'', एके दिवशी सकाळी सारे आन्हिक आटोपून पंत ओसरीवर बसले असताना गंगाधर म्हणाला, ''एक प्रश्न विचारू का? होय म्हणणार?''

''अरे वेड्या'', पंत हसून म्हणाले, ''असे का म्हणतोस? विचार की! एवढे काय आहे महत्त्वाचे? नारायणाबद्दल काही तक्रार आहे का?''

''छे! छे!' गंगाधर म्हणाला, ''नारबाचे काही नाही! प्रश्न माझाच आहे. मला आता अनुग्रह मिळावा, असे वाटू लागले आहे. तुम्ही तो द्यावा!''

''एवढी घाई कसली झालीय तुला?'' पंत हसून म्हणाले, ''आत्तापासून उगा कशाला नवी जबाबदारी मागे लावून घेतोस? पाहू नंतर!''

''नको!'' गंगाधर निर्धाराने म्हणाला, ''लवकर मिळावा असे उगाचच सारखे वाटू लागले आहे मला. त्याशिवाय चैन नाही पडणार मला. योग्य वय आहे माझे.''

''ते खरे आहे.'' पंत म्हणाले, ''माझ्याकडून अनुग्रह घेण्यापेक्षा तू मारुतीची उपासना करून त्याच्याकडून घ्यावास. हा मार्ग चांगला.''

वडिलांची आज्ञा होताच गंगाधर गावाबाहेरील मारुतीच्या मंदिरात जाऊन बसला. श्री हनुमानकवचाचे पाठ चालू केले. दहा दिवस अशा तऱ्हेची कडक उपासना झाली.

अकराव्या दिवशी रात्री एका तेज:पुंज ब्राह्मणाने गंगाधराला त्रयोदशाक्षरी मंत्राचा अनुग्रह दिला.

''आजपासून तू 'रामी रामदास' या नावाने ओळखला जाशील.'' धीरगंभीर आवाज प्रकटला. ''आता तुलाही दुसऱ्यांना अनुग्रह देता येतील.''

पाहतापाहता तो ब्राह्मण अंतर्धान पावला! गंगाधराने मारुतीच्या मूर्तीकडे पाहिले. पणतीच्या मंद प्रकाशात ती मूर्ती त्याला आज वेगळीच वाटत होती!

* * *

''निश्चित ते साक्षात श्रीरामच असले पाहिजेत.'' गंगाधराने सारी हकिकत सांगितल्यावर सूर्याजीपंत म्हणाले, ''तू ओळखले नाहीस त्यांना. ब्राह्मणाच्या रूपातच रघुरायाने तुला दर्शन दिले. मी अनुग्रह दिला असता तुला, तर हे दुर्मिळ दर्शन तुला घडले नसते.''

''मी अगदी गोंधळून गेलो.'' गंगाधर म्हणाला, ''कसा तरी नमस्कार केला त्यांना.''

''पण अजून काही विचारायचे नाही सुचले. तुझ्या जागी नारायण असता तर त्याने निश्चित विचारले असते.'' राणाऊ म्हणाल्या, ''तू वेंधळा आहेस. आयुष्यातील सर्वश्रेष्ठ गोष्ट तू मिळविली आहेस, हे मात्र खरे.''

"म्हणूनच तुला आता 'श्रेष्ठ' संबोधले पाहिजे." पंत समाधानाने म्हणाले, "तुला फार मोठा अधिकार प्राप्त झाला आहे. तुमच्या पूर्वसुकृतामुळे श्रीरामचंद्रांनी तुला दर्शन दिले. श्री हनुमान प्रसन्न झाल्याने त्यांनी आपल्या गुरूला तुझ्यासाठी बोलाविले. पुरातन काळापासून आपल्या देव्हाऱ्यात मारुतराय आहेत. आपल्या घराण्यावर त्यांचीच कृपा आहे."

"हे मला माहीती आहे." श्रेष्ठ म्हणाले, "म्हणून तर मी हनुमानकवचाचे पाठ केले."

"अरे", राणाऊ सुखावून म्हणाल्या, "इच्छा असेल तेथे मार्ग सापडतोच. कोणत्याही कार्याला भगवंताचे अधिष्ठान असावे लागते. केल्याने होत राहते!"

तेवढ्यात पार्वतीने हाक मारल्यामुळे राणाऊ बाहेर गेल्या. कोणी पाहुणे आले होते. पंतांनाही उठावे लागले.

पंतांना श्रेष्ठांना काहीतरी सांगायचे होते!

* * *

"दादाला अनुग्रह मिळाला." नारायण पंताना म्हणाला, "आता मलाही मिळावा, अशी इच्छा आहे माझी."

"वा ! चांगली गोष्ट आहे ही." सूर्याजीपंत हसत म्हणाले, "पण त्यासाठी दादासारखे वागावे लागते! रात्रंदिवस तू घराबाहेर. कसा मिळणार तुला अनुग्रह? कोण देणार?"

"तुम्हीच." नारायण एकदम म्हणाला, "इतरांना तुम्ही देतच असता."

"ते मुमुक्षू असतात." पंत गंभीरपणे म्हणाले, "तुला कसलीच उपासना माहीत नाही. तुझे पाठांतरही अजून चालूच आहे. चार पोरे गोळा करून गावभर धिंगाणा घालणे जोपर्यंत तुझे थांबत नाही, तोपर्यंत मीतरी देणार नाही."

नारायण लगेचच बाहेर पळाला. त्याची ही इच्छा अपूर्ण राहिली. तो सरळ त्या मारुती-मंदिरात आला. दादाला येथेच अनुग्रह मिळाला होता. साऱ्या गावात हे माहिती झाले होते. त्यामुळे नारायणाची मित्रमंडळी 'अनुग्रह मिळव' म्हणून त्याच्या मागे लागली होती. तो न मिळाल्याने त्याला फार वाईट वाटले. घरी जावेसे वाटेना. तो त्या मंदिरातच बसून राहिला. शनिवार नसल्याने देवळात कुणीही नव्हते. त्याला भरपूर एकान्त मिळाला.

हा नवा अनुभव नारायणाला मिळाला. नाना प्रश्न त्याच्या मनात निर्माण झाले.

आपण बदलत आहोत, असे त्याला उगाचच वाटू लागले!

* * *

“गंगाधरा” घरात दुसरे कोणी नाही हे पाहून पंत खोकल्याची उबळ एकसारखी दाबत म्हणाले, “जरा जवळ बस. चार शब्द तुला सांगायचे आहेत.”

“असे का बोलता, बाबा?” पंतांचा कापरा आवाज ऐकून श्रेष्ठ गंभीर होत म्हणाले, “मी सारखा आहेच की जवळ. विशेष काय सांगणार आहात? परवा दिवाळीत पुष्कळ बोललो आहोत आपण!”

“पण पुढील दिवाळी मी पाहीन, असे मला तरी वाटत नाही” पंत उदासपणे म्हणाले, “श्वास वाढू लागलाय्. कोणत्याही मात्रेचा गुण येत नाही.”

“परवा माक्याचा काढा घेतल्यापासून थोडे कमी आहे.” श्रेष्ठ म्हणाले, “हळूहळू फरक निश्चित पडेल, उगाच चिंता करू नका.”

“तसे नाही, गंगाधरा.” पंत म्हणाले, “माझा अंतकाळ जवळ येत चाललाय. सारे व्यवहार तू पाहत आहेसच. प्रश्न आहे नारायणाचा. तो फार हूड आहे. त्याला नीट सांभाळ. त्याची पत्रिका वेगळी आहे. तो निराळ्या वाटेने जाणार आहे. त्याला समजून घे.”

“त्याची काळजी मुळीच करू नका.” श्रेष्ठ ठामपणे म्हणाले, “मी त्याला ओळखले आहे. मी त्याला अंतर मुळीच देणार नाही.”

नारायणाबाबत बरेच बोलणे झाले. पंतांची खात्री पटली. काही काळजी राहिली नाही. राणाऊ आल्यावर त्यांनाही पंतांनी नारायणाबद्दल सर्व सांगितले!

पंतांची तब्येत एकसारखी बिघडतच चालली. सारखा श्रीरामऽ श्रीराम हा जप चालू होता. शब्द फुटत नव्हता. पण ओठ हलत होते.

अशाच अवस्थेत एक दिवस पंतांची प्राणज्योत मालवली! ते अकाली गेले.

ध्यानीमनी नसताना राणूबाईंवर वैधव्याची कुऱ्हाड कोसळली. त्यांच्या डोळ्यांतील अश्रुधारा थांबेनात. तीन तपांची जवळीक संपली. रामनामाने भारले गेलेले एक स्वप्न काळाआड गेले!

पंतांच्या साऱ्या आठवणींत राणाऊ बुडून गेल्या!

* * *

श्रेष्ठांना जरी अतोनात दुःख झाले होते, तरी त्यांनी आपल्या अश्रूंना बांध घातला होता. राणाऊकडे त्यांना पाहवत नव्हते. कालपर्यंत टवटवीत असलेली त्यांची आई आता पार सुकून गेली होती. ठसठशीत कुंकू नसलेले आईचे मुख त्यांना पाहवत नव्हते. पंत ज्या ठिकाणी श्रीरामचरणी विलीन झाले, तिकडे आपली भकास नजर लावून त्या स्फुंदत होत्या.

बावरलेला नारायणही पलीकडे बसून होता. पितृसुखाला तो आता कायमचा

मुकलेला होता. त्याचे भविष्य पंतांना समजल्यानंतर त्याच्याकडे पाहण्याची त्यांची दृष्टी बदललेली होती.

"नारायणा," सूर्यनमस्कार घालून झाल्यानंतर अलीकडे एकदा पंत त्याला म्हणाले होते, "मी काय आज आहे उद्या नाही! पण तू मात्र सूर्यनमस्कारांत खंड पडू देऊ नकोस. उलट, प्रत्येकाला त्याची शिकवण दे. त्यामुळे चार लोक एकत्र येतात." ते त्याला चांगले आठवत होते. सातवे संपून त्याला नुकतेच आठवे लागले होते. तो फार लवकर पोरका झाला. त्यांच्याकडून त्याला अनुग्रह मिळाला नाही. आता सारेच संपले होते. बरेच दिवस तो घरातच बसून होता–राणाऊंजवळच.

पण हळूहळू त्याची मित्रमंडळी त्याला खुणावू लागली.

तो पुन्हा त्यांच्यात रमला!

* * *

"नारबा," जेवण होताच नारायणाची भरपूर खरडपट्टी काढून अखेर राणाऊ म्हणाल्या, "काहीतरी विचाराने वाग. गंगाधराला तुला शोधण्यासाठी चार तास वणवण हिंडावे लागले. जरा चिंता करायला शीक स्वत:च्या भविष्याची. हे हिंडणे -फिरणे खूप झाले."

राणाऊ अजून पुष्कळ वेळ बोलतच होत्या. त्यांना चांगली संधी मिळाली होती. नारायण मुकाट्याने कोपऱ्यात उभा होता. सारे ऐकून घेत होता.

जरा डुलकी लागून राणाऊ जेव्हा जाग्या झाल्या, तेव्हा नारायण तेथे नव्हता! तो बहुधा नेहमीप्रमाणे उधळला असेल असे त्यांना वाटले. इतके बोलले, तरी त्याच्यावर काहीही परिणाम होणार नाही, हे त्या जाणून होत्या.

तिन्हीसांजा टळल्या, तरी तो घरी परतला नाही. श्रेष्ठ त्याला शोधण्यासाठी पुन्हा बाहेर पडले. राणाऊंना चिंता वाटू लागली. श्रेष्ठ परत आले. नारायणाचे सारे मित्र घरीच होते. तो कुणाच्या घरीही गेला नव्हता! मग कुठे गेला? राणाऊ बैचेन झाल्या... अखेर देव पाण्यात बुडवून ठेवण्याचे त्यांनी ठरविले.

मोठे ताम्हण अडगळीच्या खोलीत होते. ते आणण्यासाठी त्या अंधारातच तिकडे गेल्या. खोलीत काहीच दिसत नव्हते.

तोच त्या कुणाला तरी धडकल्या! "कोण आहे इथे?" त्या ओरडल्या "बोल, कोण आहे?"

"आई, मी नारायण आहे."

"काय रे करतोस इथे अंधारात?" राणाऊ आश्चर्याने म्हणाल्या, "सारा गाव की रे पालथा घातला गंगाधराने!"

"आई," नारायण म्हणाला, "चिंता करतो विश्वाची! तू दुपारीच स्वत:चा विचार कर म्हणून मला सांगितलेस. मला ते जमायचे नाही. म्हणून दुपारपासून एकांतात बसून मी विश्वाची चिंता करतोय!"

त्या तशा अंधारातही राणाऊ नारायणाकडे कौतुकाने पाहू लागल्या!

अखेर प्रकाश पडला म्हणायचा!

* * *

राणाऊंचे नारबा अखेर खरोखरच सुधारले. त्याला एकांताची गोडी लागली. अनेक कोडी सुटू लागली. त्याने श्रेष्ठांसारखे होण्याचे ठरविले. ते सारा व्यवहार पाहू लागले होते. लोकांना अनुग्रह देऊ लागले.

"दादा" एकदा नारायण म्हणाला, "रोज तुम्ही सर्वांना अनुग्रह देता. आता मलाही देऊन टाका. बाबांनी दिला नाही. आता तुम्ही नाही म्हणू नका."

"नारायणा", श्रेष्ठ गंभीर होऊन म्हणाले, "तू खरोखरच अजून लहान आहेस. हा अट्टहास सोड. योग्य वेळी साऱ्या गोष्टी होतील. घाई कशाला?"

नारायणाने परोपरीने सांगून पाहिले; पण श्रेष्ठांनी अनुग्रह दिला नाही. तो पटकन घराबाहेर पडला. गावाबाहेरील मारुतीचे मंदिर गाठले. त्यामागील कोनाड्यात बसून तो विचार करू लागला. अंधार केव्हा पडला, हेदेखील त्याला समजले नाही.

घरी जावे असे त्याला वाटेना. तो तेथेच आडवा झाला. कधी झोप लागली हे त्याला कळलेच नाही--- "काय हवंय तुला नारायणा?"

"कोण आहे..." डोळे अर्धवट उघडीत नारायण म्हणाला, "कुणी हाक मारली मला?"

"अरे मी...!"

"मी म्हणजे कोण?" नारायण म्हणाला, "मला अंधारामुळे काही दिसत नाही."

"पाहण्याचा प्रयत्न कर नीट."

"कोण? मारुतराय?"

"होय," मारुतराय म्हणाले, "रामभक्त हनुमानच आहे मी. काय हवंय तुला?"

"ते मग सांगीन." नारायण म्हणाला, "तुम्ही मला दर्शन कशासाठी देत आहात?"

"अरे," बजरंगबली म्हणाले, "तुझी तळमळ पाहून मीच तुला उठविले. काय हवंय् तुला सांग."

"अनुग्रह." नारायण लगेच म्हणाला, "त्यासाठी तर तुमचे चिंतन करीत होतो मी. दादांना तुम्हीच रामदर्शन केलेत. त्यांनी मग अनुग्रह दिला. तसा मला मिळावा."

“बाळा,” रामदूत हनुमान म्हणाले, “म्हणून तर मी आलो आहे. तुझ्या वडिलानी व बंधूंनी तुला अनुग्रह दिला नाही. साक्षात् प्रभू रामचंद्रच तुलाही अनुग्रह देणार आहेत, याची कल्पना आली होती त्यांना. ते पहा प्रभुजी प्रकट होऊ लागले आहेत... त्यांना वंदन कर...”

... एकदम प्रखर प्रकाश पडत गेला... श्रीराम साक्षात् पुढे उभे होते... ते दिव्यरुपडे पाहून नारायण अक्षरश: दिपून गेला. पुन्हा पुन्हा तो वंदन करीत होता. त्याच्याकडे पाहत श्रीराम मंदस्मित करीत होते. आशीर्वाद देत होते.

“ ‘श्रीराम जयराम जय जय राम’ ह्या मंत्राचा जप कर” प्रभू श्रीराम म्हणाले, “म्हणजे तुझ्या कार्याला पूर्णत्व येईल. तुला कोणती कामगिरी करावयाची आहे याची आपोआप जाणीव तुला होईल. आजपासून तू ‘रामदास’ झाला आहेस. त्याचे प्रतीक म्हणून ही माळ मी तुला देत आहे.”...

... रामदास जागे झाले, तो खरोखरच त्यांच्या हातात ती दिव्य माळ होती! आपण जागे आहोत की स्वप्नात हेच त्यांना कळेना. सारा अंधारच होता.

एक आगळा सुगंध मात्र दरवळत होता. रामदर्शनामुळे रामदासांना काहीतरी चैतन्य आपल्यात नव्याने निर्माण झाल्यासारखे वाटू लागले!

कोनाड्यातून रामदास बाहेर येण्याला व श्रेष्ठ प्रदक्षिणा घालीत तेथे नेमके येण्यास एकच गाठ पडली. अंधारातच त्यांनी एकमेकांना ओळखले.

कितीवेळ तरी श्रेष्ठ व रामदासांचे सारे मित्र त्यांना शोधीत होते. पण नारायण सापडत नव्हता. राणाऊंनी तर धीरच सोडला होता. त्याला शोधण्यासाठीच श्रेष्ठ तेथे आले होते. अचानकपणे भावा भावांची भेट झाली.

“नारायणा,” नारायणाने सांगितलेली सारी हकिकत ऐकून श्रेष्ठ म्हणाले, “तुझी प्रबळ मनोकामना अखेर श्रीरामांनीच पूर्ण केली, हे चांगले झाले.”

घरी जाताना श्रेष्ठ एकसारखे बोलत होते. पण रामदासांचे तिकडे मुळीच लक्ष नव्हते.

श्रीराम
जय राम
जयजय
राम !

ह्या दैवी मंत्राचा जप चालला होता त्यांचा!

* * *

“बरं का, गंगाधरा” सुखावलेल्या राणाऊ एकदा म्हणाल्या, “नारायणात

चांगला फरक पडत चाललाय. पाहावे तेव्हा स्वारी आपली जप करीत बसलेली असते''

''आई,'' श्रेष्ठ हसून म्हणाले,''अजून काही दिवस वाट पाहा. मग बोल! घरात बसणे त्याला आवडत नाही.''

आणि तसेच झाले. श्रेष्ठांची वाणी खरी ठरली. नारायणाने मित्रमंडळीबरोबरचे निरनिराळे उद्योग पुन्हा चालू केले!

''आई,'' रामदास एकदा संतापलेल्या राणाऊंना म्हणाले, ''किती त्रास करून घेतेस? तुझ्या प्रकृतीवर परिणाम होत चाललाय. मी सारखा मित्रमंडळीबरोबर नसतो. मारुतीच्या कोनाड्यातच मी जात असतो. तेथे जप करतो. कविताही हल्ली मला सुचू लागलीय. ओळी जुळवीत बसले की उशीर होत जातो.''

''तू वाट्टेल ते सांगितलेस तरी आता मला काहीच खरे वाटणार नाही.'' राणाऊ म्हणाल्या, ''मी आता फसणार नाही. सारे गाव तुला नावे ठेवीत आहे. तुझे आता लग्नाचे वय झालेय. जरा घराण्याचा विचार कर. तुझ्या बहुतेक मित्रांची लग्नं झालेली आहेत. माधवचे पुढील महिन्यात आहे. जगरूढी म्हणून तुलाही लग्न करावेच लागेल.''

''अगं, आई,'' रामदास डोळे मिचकावीत म्हणाले, ''तू घाई कशाला करतेस? एखाद्याचे लग्न लांबले किंवा एखाद्याने नाही केले, तर कुणाचे बिघडते?''

लग्नाचा विषय काढला की नारायण उसळून येतो, हे राणाऊंना नवीन नव्हते! मध्यंतरी भानजीमामांनी हा विषय काढला होता. नारायणाला जावई करून घेण्याचा त्यांचा विचार होता. त्यांची गोदा लग्नाची होती. बोलक्या डोळ्यांची गोदावरी राणाऊंना फार आवडायची. हळदीसारखी गोरी, लाघवी. ही सोयरीक आल्यावर राणाऊंचा आनंद ओसंडू लागला! त्यांच्या मनासारखे झाले होते.

राणूबाई पार्वती व गोदावरीची तुलना करू लागल्या!

* * *

''आई,'' श्रेष्ठ गंभीरतेने म्हणाले, ''तू सारखा नारायणाच्या लग्नाचा विषय काढू नकोस. हा फार गंभीर प्रश्न होऊन बसलाय. सर्वांना त्राही भगवान करून सोडलेय. त्याच्या लग्नाच्या भानगडीत न पडलेले बरे. नाहीतर दुसरेच काहीतरी तो करून बसण्याचे योग आहेत. तो वेगळ्या वृत्तीचा आहे.''

''असं म्हणून कसं चालेल?'' राणाऊ डोळे पुशीत म्हणाल्या, ''त्याचा वंश चालू रहायला तर हवा. ठोसरांची अशी किती घरे आहेत? तू काहीतरी सांगू नकोस.''

''अगं, हे काहीतरी नाही.'' श्रेष्ठ म्हणाले, ''त्याच्या पत्रिकेत लग्नाचा योग

नाही! त्याचे लग्न होऊ नये असे मला कसे वाटेल? तो काही वैरी नाही माझा, आई!''

"ते खराय्," राणाऊ म्हणाल्या, "पण यातूनच काहीतरी मार्ग काढला पाहिजे. गोडीगुलाबीने त्याला वचनात गुंतवून ठेवले म्हणजे काम होईल."

"माझ्यापेक्षा तुलाच ते चांगले जमेल, आई." श्रेष्ठ म्हणाले, "तुझे ऐकेल तो."

राणाऊ संधी शोधू लागल्या!

* * *

राणाऊ स्वयंपाकघरातून पळतच बाहेर आल्या. कुणीतरी बाहेर हाका मारीत होते. बाहेर येऊन पाहतात, तो लोहाराचा पांडू दारात उभा!

"नदीकाठच्या झाडावर नारबा उंच जाऊन बसलेत." धापा टाकीत आलेला पांडू कसेतरी म्हणाला, "खाली उतरत नाहीत. थोरल्याला पाठवा."

त्याला शोधण्यासाठीच तर श्रेष्ठ बाहेर पडले होते. नारायणासाठी पाहुणे आले होते. त्यांनी लग्नाचा विषय काढताच तो एकदम रुसून पळाला होता बाहेर! अंधार पडत आला तरी सापडला नव्हता!

तोपर्यंत पांडूने श्रेष्ठांना वाटेतून झाडाकडे नेले. ते वडाचे झाड नदीकाठी अगदी झुकलेले होते. तेथे भरपूर पाणी होते. नारायणाला वर पाहून पुष्कळ पोरे तेथे जमली होती. आरडाओरडा चालू होता. त्याला हाका मारीत होती. नारायण ऐकत नव्हता.

लांबून पांडूबरोबर श्रेष्ठ दिसताच त्याने उंचावरून पाण्यात उडी मारली!

"पोरगा बुडाला!

नारबा बुडाला"

पोरे ओरडू लागली.

"नारायणा", श्रेष्ठानी शांतपणे हाक मारली, "पाण्याबाहेर ये. चल घरी लवकर. पाहुणे गेलेत."

रामदास पाहतापाहता पाण्याबाहेर आले.

कपाळावर भलेमोठे टेंगूळ मात्र आले होते!

* * *

"नारायणा, बैस खाली." बाहेर चाललेल्या रामदासांना अडवून राणाऊ म्हणाल्या, "मला तुझ्याशी महत्त्वाचे बोलायचे आहे."

"म्हणजे लग्नाचेच."

"होय." राणाऊ जरा मोठ्या आवाजात म्हणाल्या,

"लग्नाचे तुला एवढे वावडे कशासाठी? गोदू तुझ्या माहितीची नाही? ती घरी आली की तिच्याशिवाय जेवायला बसायचा नाहीस तू! मग आता तिचा तिरस्कार कशासाठी? मामांनी विषय काढला, त्या वेळी तू गप्प बसलास. आता लोक काय म्हणतील? ठरलेले लग्न ठोसरांनी मोडले! नारबा, ऐक माझे. तू ऐकणार असशील तर सांगीन.''

"सांग, ऐकेन मी.''

"लग्न करशील?''

"होय.''

"नक्की?''

"होय नक्की.''

"रामाची शपथ?''

"रामाची शपथ!''

"अंतरपाट धरलेला असा तू मला लग्नाला उभा असलेला पाहू दे'' राणाऊ डोळे पुशीत म्हणाल्या, "नाही म्हणू नको.''

"रामाची शपथ घेतलीय मी.'' रामदास म्हणाले, "अंतरपाट धरेपर्यंत मी नाही म्हणणार नाही.''

"शहाणा आहेस तू नारबा.''

"आई आता तयारीला लागा.''

राणाऊ खरोखरच रामदासांच्या विवाहाच्या तयारीला लागल्या!

* * *

भानजीपंत बोधलापूरकर व जांबकर ठोसरांच्या विवाहामुळे आसनगाव दुमदुमून गेले. पाहुण्यांची दाटी झाली होती.

नारायणाची सारी मित्रमंडळी हजर होती.

सर्वत्र एकच घाईगडबड उठलेली होती.

भलामोठा मांडव गच्च भरला होता.

पैठणची खास वाजंत्री वाजत होती.

गोदूच्या मैत्रिणी तिच्याकडून ''नाव'' पाठ करून घेत होत्या.

"रुप्याचा चौफुला ।

आत लवंगा वेलदोड्यांच्या साठा ।

नारायणरावांच्या विड्यात

गोदावरीचा वाटा।''

* * *

सीमांतपूजन व्यवस्थित पार पडले. मुहूर्ताची घटिका भरत आली. भटजीबुवांची गडबड सुरू झाली.

अक्षता वाटल्या गेल्या.
सर्वांची उत्सुकता वाढू लागली.
"नवऱ्या मुलीला आणा!"
"मुलीचे मामाऽऽ"
"मुलाचे मामाऽऽ"

"अरे, इकडे अक्षता राहिल्या"
"सनई-चौघडा बंद कराऽ रेऽ"
लाजेने चूर झालेली गोदावरी
तिच्या मामाने मंडपात आणली.
मुंडावळ्या बांधलेली, पैठणची
हिरवीगार पैठणी नेसलेली,
ओल्या हळदीची गोदावरी
खाली मान घालून उभी राहिली.

समोर उभा असलेला नारबा
तिला नवीन नव्हता.
पण या वेळी त्याच्याकडे पाहण्याचे
धाडस तिला होत नव्हते.
हात-पाय लटपटत होते!
अंतरपाट धरला गेला होता.
घटका बुडू लागली.
गोरजमुहूर्तावर
मंगलाष्टका सुरू झाल्या.
भटजी गरजले...
शुभलग्न सावधानऽ सावधाऽन...

"अंतरपाट धरेपर्यंत काहीही प्रतिकार

मी करणार नाही''...
...आईला दिलेले शब्द
रामदासांच्या कानात घुमू लागले...
...अंतरपाट धरला गेला होता...
...रामाची शपथ संपली होती.
दिलेला शब्द पाळला होता.
''सा ऽ व धा ऽ ऽ न...

मंगलाष्टका सुरू करणाऱ्या
दत्तंभटजींचे शब्द तोंडातच राहिले...
सारेजण विस्मित होऊन पाहतच राहिले.
डोळ्यांवर कुणाचाच विश्वास बसेना.
कधी न घडणारी घटना घडली होती.
घडून गेली होती - - - - -
- - - - - जमलेल्या इतक्या
लोकांच्या देखत - - - - -
- - - नवरामुलगा प्रचंड वेगाने
- - - पळाला होता - - - - !
- - - - - - - - - - -
बोहोल्यावर उभी होती
थरथरणारी गोदावरी - - - - -
- - - - - तिच्या हातांतील
मंगल प्रतीक केव्हाच खाली पडले होते !
- - - - - लोकांच्या हातातील अक्षता
हातांतच राहिल्या!
- - - - - राणाऊंनी फोडलेला हंबरडा
गोंधळात कुणालाच ऐकू गेला नाही.
- - - - - गोदावरी बोहोल्यावरच
चक्कर येऊन पडली - - - - -
सूर्य मावळला होता - - - - -
- - - - - - गोदावरीचा नारायण तिच्या जीवनात
उगवण्यापूर्वीच मावळला होता!-

दास संतुष्ट जाला ○ ३५

- - - - - हा अंधार न सरणारा होता!
- - - - - बोहोल्याच्या पलीकडे अंतरपाट
- - - - - चोळामोळा होऊन पडला होता ! - -
- - - - - दोन आत्म्यांतील अंतर संपविण्याची . . .
- - - - - त्याची कामगिरी अपूर्ण राहिली . . .
- - - - - अगदी कायमची !

* * *

"शुभ मंगल सावधान"

- - - - - हे शब्द अगदी वैऱ्याप्रमाणे वाटले रामदासांना. ज्या मार्गाने त्यांना जावयाचे नव्हते, त्या मार्गात केवळ आईमुळे ते अडकले होते.

विवाहतिथी निश्चित होताच एकांतात रामदासांनी पुढे 'सावध' कसे व्हावयाचे, हे पक्के ठरवून टाकले होते. आसनगावला मामाकडे अनेक वेळा गेल्यामुळे सारे गाव व रस्ते त्याना माहीत होते. आडवाटा ठाऊक होत्या. चारही दिशांना लोक आपल्याला शोधणार हेदेखील त्यांनी गृहीत धरले होते. आपल्या प्रेमळ आईची फसवणूक करून आपण जात आहोत, ही खंत त्यांना टोचत राहिली होती.

सकळ स्वजन माया तोडता तोडवेना, अशी स्थिती येणारच. मनाचा चपळपणा मोडता मोडवेना. अंतरीचा हा 'निश्चयो' मोडायचा नव्हता. रघुनाथाची तशी करुणा ते भाकीत होते. त्याची प्रार्थना करून जिवाच्या करारावर त्यांनी जी बोहोल्यावरून उडी मारली, ते तुफान वेगाने पळत. त्यांना भीती होती फक्त निराजीची. तोच त्यांच्या बरोबरीने पळू शकला असता!

जांबेच्या वाटेला न जाता विरुद्ध दिशेच्या बाजूला ते आले होते. कुणालाही शंका येणार नव्हती. आंब्याचा एक डौलदार उंच वृक्ष त्यांना दिसला. त्या तसल्या गुडुप अंधारात ते एका उंच टोकावर जाऊन बसले!

मध्यरात्रीपर्यंत तेथे थांबणे भाग होते. तांबडे फुटेपर्यंत त्या परिसरात कोठेही त्यांना थांबता येणार नव्हते.

पुढे काय?---पुढे कोठे जावयाचे...? ...त्यांना खुणावू लागला, त्यांचा रघुवीर... श्रीराम... तो होता नाशकात! पंचवटीत...! नाशिक कोठे आहे हेही त्यांना माहिती नव्हते. पण त्यांना पंचवटीचा राणा गाठायचा होता... सदा सर्वदा प्रीत रामी धरावी... हाच होता त्यांचा आता जीवनहेतू! मना सज्जनाला आता त्याच पंथाला जावयाचे होते. प्रभाते मनीं राम चिंतावयाचा होता. त्यासाठी मना श्रेष्ठ धारिष्ट धरायाचे होते! न बोले मना राघवावीण हा बाणा अंगी राखायाचा होता! पदी

राघवाचे सदा ब्रीद ठेवायाचे होते. तो कोदंडधारी आता सारे पार पाडणार होता.

नुपेक्षा कदा रामदासाभिमानी!

* * *

जीवघेण्या अंधारातून रामदास जांबेच्या दिशेने आडारानातून जिवाच्या करारावर पळू लागले. दगड-धोंडे, काटे-कुटे, सराटे यांची आता फिकीर नव्हती.

मारुतीमंदिर येताच ते थांबले. क्षणभर विसावले. याच मारुतीरायांनी त्यांना नवी दिशा दाखवली होती. त्याला आपल्या हृदयी कोरून, त्याचा आशीर्वाद घेऊन ते पुन्हा पळत सुटले!

विलक्षण बळ अंगी संचारले. छातीचा भाता एकसारखा हलत होता. ते पळतच होते. त्यांना वेग वाढवावा लागला.

आता ते गोदातटाला उभे होते. गोदामाय शांतपणे वाहत होती. शुक्राची चांदणी चमकत होती. ती प्रकाशरेखा गोदावरीच्या पैलतीरापर्यंत चमकत होती.

गोदामातेला वंदन करून रामदासांनी पाहता पाहता उडी मारली!

ही उडी होती, ओल्या हळदीच्या नव्या नवरदेवाची! नकळत गोदेचे पाणी पिवळे झाले!

आता अनायासे हळद निघाली होती. एक गोदावरी सोडून ही दुसरी गोदावरी त्यांनी जवळ केली होती!

तीच त्यांना तारणार होती. नाशकात हीच वाहायची. याच गोदातटाला तो कोदंडधारी उभा होता.

त्याचा शोध घेत-घेत त्यांना पुढील आयुष्य घालवायचे होते.

गोदावरी पार होताच पूर्वा उजळली.

त्यांच्या नव्या जीवनाची ही नवी पहाट होती!

ही अपूर्व ठरणार होती!

* * *

गोदावरीचे लग्न त्याच मंडपात लावून सारेजण जांबेला परतले.

राणाऊ एकसारख्या रडत होत्या. त्यांचे अश्रू थांबत नव्हते. डोळे सुजले. त्यांना जेवण जात नव्हते. पानावर बसले की त्यांच्या डोळ्यांसमोर यायचा त्यांचा नारबा!

--- तो कोठे खात असेल? कोण घालणार त्याला वेळेवर? कुठे हिंडत असेल उन्हातान्हात कुणास ठाऊक?

तोंडातील घास त्यांच्या तोंडातच राहायचा. त्या न जेवताच उठायच्या.

कुणीकडून त्याला लग्नाला उभा केला, असे त्यांना जाणवू लागले.

श्रेष्ठ एकसारखे आईची समजूत घालीत होते. त्यांनाही जेवण सुचत नव्हते. पण राणाऊंना काही पटत नव्हते. तो कोठे गेला असावा, हीच एकमेव चिंता होती त्यांची. शिवाय त्यांना न विचारता 'अंधारात' ठेवून तो गेला होता! त्याच्या काळजीने त्या भकास दिसू लागल्या. तब्येत उतरली होती त्यांची.

श्रेष्ठांनी चारही दिशांना माणसे पाठवली होती. सगळीकडे शोधाशोध चालू होती. कोणी तीर्थयात्रेला निघाले की, त्यांना निरोप दिले होते.

''आई'', श्रेष्ठ एकदा म्हणाले, ''नारायण कुठे का असेना, तो निश्चित परत येणार आहे. फक्त ती वेळ सांगता येणार नाही. गोदावरी ओलांडून तो पुढे गेला असावा. निश्चित सांगता येत नाही.''

श्रेष्ठांनी वारंवार समजावून सांगितले; पण राणाऊंचे अश्रू थांबत नव्हते. त्यांनी फार हाय खाल्ली. मनाला लावून घेतले. भानजीमामांनी देखील पुन्हापुन्हा सांगून पाहिले.

त्यांना हवा होता त्यांचा नारबा. तो कसा का असेना? तो आल्याशिवाय त्यांचे जीवन फुलणार नव्हते.

वेड्या माऊलीची वेडी आशा होती ही!

* * *

ती कधीच पूर्ण होणार नव्हती.

राणाऊंचा नारबा घरी न परतण्यासाठी बाहेर पडला होता. आता परत फिरणार नव्हता.

नाशिकची वाट त्यांना माहीत नव्हती. पैठणची दिशा अंदाजाने ठाऊक होती. जांबेचे बरेच लोक पैठणला जायचे. त्यांनी श्रेष्ठांना सांगितले तर? जाताना त्यांना विशेष काळजी घ्यावी लागणार होती.

पैठणच्या मुख्य रस्त्याने न जाता आडबाजूने शेता-शेतांतून ते पुढे जाऊ लागले. कुणीतरी भेटायचे. वाट सांगायचे. पण कुणाबरोबर जाणे टाळले. मिळेल तेथे माधुकरी मागितली. मिळेल ते खाल्ले! देवळातून मुक्काम करीत ते पैठणला निघाले. तेथे पोचले तेव्हा चांगलाच अंधार पडला होता. त्यामुळे त्यांना बरे वाटले.

भल्या पहाटे गोदास्नान करून व दुरूनच नाथांना वंदन करून त्यांनी पैठण सोडले.

नाथांचा आशीर्वाद त्यांना त्यांच्या पुढील वाटचालीत उपयोगी पडणार होता.

* * *

पैठणहून ते पुणतांब्याकडे निघाले. रस्त्यावर फारशी गर्दी नव्हती. त्यांचे पाय आता चांगलेच दुखू लागले होते. इतकी सवय नव्हती. त्यामुळे त्यांचा वेग थोडा कमी झाला. आता कोणी ओळखीचे भेटण्याची शक्यता नव्हती. त्यामुळे रामदासांना जरा उत्साह वाटत होता.

जरा दमल्यासारखे झाल्यामुळे ते एका झाडाखाली थांबले. थोड्या वेळात एक म्हातारा त्यांच्याजवळ बसला. बोलणे सुरू झाले. रामदासांनी स्वत:ची सारी माहिती सांगितली. जवळ बसलेले होते, नाथाजी कुलकर्णी कायसनगावकर. ते आपल्या लेकीकडे पुणतांब्याला निघाले होते.

नाथाजीना रामदासांचे फार कौतुक वाटले. त्यांनी त्यांच्याबरोबर जेवणाचे सारे आणले होते. रामदासांनी त्यांच्याबरोबर व्यवस्थित जेवण केले. पुणतांब्यापर्यंत नाथाजींबरोबर चालणे झाले. वेळही चांगला गेला. सोबत झाली.

नाथाजींनी त्यांच्या मुलीकडे एक दिवस राहण्याची विनंती रामदासांना केली; पण त्यांनी ते टाळले. ते सरळ पुढे निघाले. आता ही वाटचाल एकट्याची होती. नाथाजीही पराकोटीचे रामभक्त होते. त्यांनी नाथांचे रामायण वाचले होते. वाटेत सारे बोलणे रामकथेचेच होते.

वाटेत काही माणसे कौतुकाने त्यांच्याकडे पाहत. हे लहानगे, गोरेगोमटे पोर एकटेच आहे, हे आश्चर्य वाटायचे. गोदाकाठी जरी होता तरी भाषा थोडी बदलत चालली होती. त्यांना पाहून लोकांची कुजबुज चालायची.

बिचारे संसारी लोक संसाराकडे पाठ फिरवून निघालेल्या ब्रह्मचाऱ्याला आपापल्या प्रापंचिक संसारी विवंचना सांगत बसायचे! रामदास त्यांच्या समजुती काढायचे!

सारा भाग रंजल्या-गांजलेल्यांचाच होता. उजाड मुलूख. कमालीचे दारिद्र्य. सगळीकडे वैराण. अस्मानी व सुलतानीमुळे जो तो उदास. शाश्वती कशाचीच नाही! लुटालूट चालायची. शेती मोकळी. घरे जाळली जायची. मुली पळविल्या जायच्या. सारे कमालीचे घाबरलेले.

समाजाची झालेली ही वाताहत पाहून ते अंतर्मुख बनले. हे सारे ते प्रथमच पाहत होते. त्यांचे अंत:करण तुटू लागले!

याच अस्वस्थेत त्यांची वाटचाल चालू होती.

नाशिकला जाऊन श्रीरामाची करुणा ते भाकणार होते!

* * *

कोपरगाव मागे पडल्यावर एकाएकी वळवाच्या पावसाला आरंभ झाला. प्रचंड सरीच्या सरी कोसळू लागल्या. विजांचा कडकडाट चालू झाला. वाटेत

थांबायला ठिकाणही नव्हते. सारा पाऊस अंगावरच घ्यावा लागला. चिखलराड झाली. पाणीच पाणी. वाट दिसेना.

ढगामुळे झाकळून आले. त्यामुळे अंधार पसरला. वाटेत गाव तर दिसत नव्हते. वाटेत काहीच नव्हते. थांबण्याचा प्रयत्न निर्माण झाला. लवकरच सायंकाळ झाली असती.

"अरेऽ ए ऽ पो ऽ रा "

"ए ऽ पो रा ऽऽ "

"इकडे ऽ ये ऽ "

आवाजाच्या दिशेने रामदासांनी पाहिले. डाव्या बाजूला एक टेकाड होते. त्याच्या पलीकडे एक झोपडी होती. दारात एक स्त्री व पुरुष उभे होते. हाताने खुणवीत होते. रामदास लगेच तिकडे वळले. माणुसकीचा झरा त्यांना गवसला होता.

ती झोपडी कुशाबा माळ्याची होती. त्याची मळई तेथे होती. सारी प्राथमिक बोलणी झाल्यावर अंजनाबाईंनी रामदासांना जेवणाचा आग्रह केला. गरम-गरम भाकरी व पिठले त्यांना लाखमोलाचे वाटले. त्यांना राणाऊ आठवल्या!

"आजोबा," रामदास म्हणाले, "पंढरीनाथाच्या कृपेमुळे मला हे तुमचे घर मिळाले. नाहीतर माझे काय झाले असते कुणास ठाऊक?"

"आरं, पोराऽ, काय बोलतो हेऽ" अंजनाबाई म्हणाल्या, "काय दिलं आमी तुला, पोरा?"

"आमी वारकरी पंढरीचे." कुशाबा म्हणाला, "त्या पांडुरंगानं आमाला दिलं, ते तुला वाडलं आमी"

विठोबा-रुक्मिणीच्या दोन रेखीव मूर्ती पलीकडे कोपऱ्यात होत्या... पणतीचा सुंदर प्रकाश त्यांवर पडला होता.

"विठ्ठलाची कृपा आहे तुमच्यावर." त्या मूर्तींना नमस्कार करीत रामदास म्हणाले, "काही कमी नाही पडणार."

बोलता-बोलता ते दोघेही रडू लागले. त्यांची तरणी पोर सुलतानी शिपायांनी पळवून नेली होती. या दोघांनाही बेदम मारले होते.

रामदासांनी त्यांची समजूत काढण्याचा प्रयत्न केला. पण त्यांचे अश्रू थांबेनात.बिचारे पंढरीचे साधे वारकरी होते. त्यांच्या जीवनाची वाताहत झाली होती.

धरणीवर पाठ टाकली तरी रामदासांना झोप येईना. त्या मूर्तींकडे पाहत कितीतरी वेळ गेला. विचार एकच होता... काय करणार आहेस तू वारकऱ्यांचे?

* * *

नाशिक जसजसे जवळ येऊ लागले, तशी यात्रेकरूंची गर्दी वाढू लागली. फाल्गुन संपत आला होता. रामनवमीचा उत्सव सुरू होणार होता. नाशिकला ही पर्वणीच!

वेळापूरच्या पुढे आल्यावर रामदासांना नाशकाची चाहूल लागली. गर्दी वाढली. आता वाटचाल लवकर होऊ लागली. सोबतीचा प्रश्न मिटला होता.

नाही म्हटले, तरी त्यांना घरच्या आठवणी येत होत्या. राणाऊ डोळ्यांसमोरून हलत नव्हत्या. तिला न सांगता आपण निघालो ही रुखरुख मनाला टोचत होती. गोदूकडे त्यांनी पाहिले देखील नव्हते! ह्या न संपणाऱ्या आठवणी होत्या. त्या तुटत नव्हत्या.

''काय रे पोराऽऽ'' राणाऊंसारखाच आवाज असलेल्या एका स्त्रीने रामदासांना हटकले, ''कसला विचार करतोस एवढा? पंचवटी तर आता जवळ आलीय.''

''काही नाही, सहज बसलो होतो, मातोश्री.'' काहीतरी म्हणायचे म्हणून रामदास एकदम दचकून म्हणाले, ''निघायचेच आता.''

ती पंढरपूरची होती. नेवाशाहून आली होती. ज्ञानोबांच्या दर्शनाला गेली होती. आता नाशिकलाच गेली होती. हे सारे बोलता बोलता समजले. रामदासांनी त्यांची सारी हकिकत सांगून टाकली!

पाहतापाहता अंधार पडला. जवळ आलेल्या एका वाडीत मुक्काम करावा लागला.

रखमाबाईने स्वत: स्वयंपाक करून रामदासांना वाढले. मायेने जेवू घातले. मग ती जेवली.

नाही म्हटले, तरी पुन्हा त्यांना राणाऊंची आठवण झाली. रखमाबाईंकडे पाहून!

* * *

नाशिक आता स्पष्ट दिसू लागले. भल्या पहाटेच सारेजण प्रवासाच्या अखेरच्या मार्गाला लागले. फाल्गुन काल संपला होता. आज होता गुढीपाडवा. सगळीकडे गुढ्या-तोरणे दिसू लागली.

श्रीरामाच्या उत्सवाची आज सुरुवात झाली. योग्य वेळी व दिवशी रामदास केवळ योगायोगाने पंचवटीत आले! घंटानाद सर्वत्र चालू होते. श्रीरामाच्या चरणांनी पुनीत झालेली पंचवटी समोर होती. गोदावरी वाहत होती. पाहता पाहता त्यांनी बुडी मारली. नव्या वर्षाचे... नव्या जीवनाचे तरंग गोदेत उठत होते. त्यांचा तो जानकीवल्लभ पलीकडेच उभा होता. त्या लावण्यरूपाची कृपा हवी होती त्यांना. हा सारा अट्टहास यासाठीच केला होता.

आता ते कोदंडधारी श्रीरामापुढे उभे होते. त्यांनी हात जोडले. बहुता दिसा आपुली भेटी जाहली. विदेहीपणे सर्व काया निवाली! त्यानेच दिलेला त्रयोदशाक्षरी मंत्र ते जपत होते.

त्यांना झालेला आनंद अंतरी मावेना. त्यांच्या मुखातून एकापाठोपाठ काव्यपंक्ती येऊ लागल्या...

"सदा सर्वदा योग तूझा घडावा
तुझे कारणी देह माझा पडावा
उपेक्षू नको गूणवंता अनंता
रघूनायका मागणे हेचि आता!"

* * *

जमलेले सारे भाविक ऐकत होते. एक तेजस्वी लहान पोर हात जोडून तन्मयतेने हे म्हणत होते!

...रामदासांचा स्वतःवर विश्वासच बसेना. एकापाठोपाठ एक असे हे काव्य त्यांच्या मुखातून आपोआप बाहेर पडत होते. हा श्रीरामाचा प्रसाद आहे, हीच भावना झाली त्यांची.

हे ऐकून दोन-तीन भाविकांनी प्रसन्नपणे पोराचे कौतुक केले. पण एक जण मात्र जरा टोचून बोलला. रखमाबाईलाही राग आला त्याचा. रामदासांनाही वाईट वाटले.

"अरे, मनाला किती वाईट वाटून घेतोस?"

रखमाबाई म्हणाली, "आता असल्या भोसक शब्दांची सवय कर पोरा. चांगल्याप्रमाणे वाईट लोकही सर्वत्र असतात. त्यांच्या बोलण्याकडे लक्ष द्यावयाचे नसते. अजून पुष्कळ जग पाहायाचे आहे तुला! स्वतः मात्र सदासर्वदा नम्र बोलावे, नीच बोलणे सोशीत राहावे.

रखमाबाईचे हे नवे विचार पुष्कळ काही सांगून गेले.

ती ज्या धर्मशाळेत उतरली होती, तेथे ती रामदासांना घेऊन गेली.

राणाऊंची उणीव भासू दिली नाही तिने!

* * *

रखमाबाईला धर्मशाळेत सोडून रामदास नाशिकच्या व पंचवटीच्या सर्व भागातून हिंडून आले. त्यांना एकांताची जागा शोधायची होती. उत्सव संपला की रखमाबाई पंढरीला जाणार होती. मग कसलाच प्रश्न निर्माण होणार नव्हता. त्यांना कुणाशी जवळीक नको होती. मायापाश नको होते. ते सारे सोडून तर ते इथे आले

होते. कुणाचे बंधनही नको.

रखमाबाई ऐकेना, म्हणून तिच्याबरोबर धर्मशाळेत जावे लागले त्यांना. गर्दी त्यांना टाळायची होती. इथे तर माणसांचा महापूर आलेला होता. जांबेचे किंवा आसनगावचे कोणी आले तर? त्यांनी ओळखले तर? नको, ते संकट नको. तिकडचे कोणी इतक्या लांब येईल, याची खात्री नव्हती. पण नेमही नव्हता.

रघुनंदनाचे मनोहारी दर्शन झाल्यापासून नाना तऱ्हेचे कल्लोळ त्यांच्या मनात उठले होते. त्याला साक्षी ठेवून त्यांना आता अनेक गोष्टी साधायच्या होत्या.

नव्या वर्षाच्या पहिल्या किरणाबरोबर त्यांनी पंचवटीत प्रवेश केला होता. श्रेष्ठ धारीष्ट जिवी धरावे, देहदुःख ते सुख मानीत जावे. विदेहीपणे मुक्ति भोगीत जावी. रघुनायका दृढ चित्ती धरावे.

बरा निश्चयो शाश्वताचा करावा!

* * *

"नारबाऽऽ नाऽऽरऽऽबाऽऽ"

राणाऊ झोपेत ओरडत होत्या. काहीतरी स्वप्न पडत असावे त्यांना.

पलीकडे झोपलेले श्रेष्ठ व पार्वतीही उठली.

"एऽऽआईऽऽ, आईऽऽ" श्रेष्ठांनी राणाऊंना हलवून जागे केले. "उठलीस का? जागी झालीस का?" श्रेष्ठ म्हणाले.

"आला का नारबा?"

"अगं, तू जागी झालीस का?" श्रेष्ठ म्हणाले, "अगोदर तू उठून बस पाहू?"

राणाऊ उठून बसल्या व इकडेतिकडे पाहू लागल्या. त्यांना काही समजेना.

"कुठाय नारबा?" त्या आणखी गोंधळून म्हणाल्या, "पाण्यात उभा आहे तो! आला का बाहेर?"

"अगं आई, आपण आपल्या घरात आहोत." श्रेष्ठ म्हणाले, "नारबा अजून आला नाही. पाणी तर इथे मुळीच नाही."

"मग नारबाचे काय झाले?"

राणाऊ रडू लागल्या. त्यांची समजूत श्रेष्ठांना काही केल्या काढता येईना.

हे असे वारंवार चालू होते. त्यांनी फक्त नारबाचाच ध्यास घेतला होता. दुसरे काहीच सुचत नव्हते त्यांना. श्रेष्ठांच्या समजुतीसाठी त्या चार घास खात मोजून. त्यामुळे त्यांची तब्येत कमालीची उतरली होती. रडून रडून डोळे सुजले. त्या अकाली वृद्ध दिसू लागल्या.

त्यांची समजूत काही केल्या निघेना.

वेड्या आईची वेडी आशा!

* * *

रामनवमीच्या भव्य सोहळा झाल्यावर रखमाबाई पंढरीला गेली. तिच्या थोड्या दिवसांच्या सहवासामुळे थोड्या प्रवासात व नाशकात त्यांना राणाऊंची उणीव भासली नाही. आईच्याच प्रेमाने ती वागत होती.

रामनवमी हे पंचवटीचे वैभव. सकाळपासूनच रामनवमी भासत होती. सारा दिवस रामदास जवळ जवळ देवळातच होते!

रामाचे ध्यान आज त्यांना विलक्षणच वाटत होते. विविध फुलांचे व धूपदीपांचे सुवास दरवळत होते. रामजन्माची कथा अशी रंगली होती, की दरवर्षी आपण हीच कथा ऐकत आलो आहोत, असे कुणालाही वाटत नव्हते.

दुपारी त्र्यंबकशास्त्री पुराणिकांचे प्रवचनही रंगले. नाशकाच्या परिसरात ते प्रसिद्ध होते. मध्यरात्रीपर्यंत भजनही रंगले.

भजन संपताच रखमाबाईबरोबर तेही दर्शन घेऊन धर्मशाळेत आले... चैत्रवारा सुटला होता. त्या तशा वेळीही कोणी अनामिक गोदाकाठी कबीराचे दोहे एकतारीवर गोड आवाजात म्हणत होता. तेथून पुढे जावे, असे त्यांना वाटेना. पण रखमाबाईला निघण्याची तयारी करायची होती.

तयारी करता करता रखमाबाई बोलतच होती. नामदेवाच्या घराजवळच तिचे घर होते. पंढरपूरला आल्यावर घरी येण्याचे रामदासांनी कबूल केले!

रखमाबाईबरोबरचे लोक तिला लवकर बोलावण्यास आल्यामुळे गोदास्नान करून निघावे लागले.

अजून पहाट व्हायची होती.

तरीही दूरवर जाणाऱ्या त्या मातृदैवताकडे रामदास पाहत होते!

नंतर गोदास्नान करून रामदासांनी लगेच रामदर्शन घेतले! थोडी गर्दी होतीच.

दर्शन होताच ते पुन्हा गोदाघाटावर येऊन बसले. त्यांना त्या प्रसन्न वातावरणात काहीतरी वेगळे वाटू लागले होते. रामजन्माच्या उत्सवावरून त्यांना एक जुनी आठवण झाली...सूर्याजीपंत रामजन्माचा सोहळा फार मोठ्या प्रमाणात साजरा करीत. एकदा पाऊस पडलाच नाही. त्यामुळे दुष्काळ पडून हाहाकार उठला. पेरण्या झाल्याच नाहीत. यांचा मळाही कोरडाच राहिला. फार मोठा प्रश्न निर्माण झाला. रामनवमी जशी जवळ येत चालली, तसे पंत अस्वस्थ होऊ लागले. रामजन्माला धान्य कोठून आणायचे? राणाऊ व पंतांचे सारखे हेच बोलणे चालू असायचे. त्यांची झोप उडाली होती.

ते दोघे बोलत असताना एकदा नारायण पलीकडे चौरंग स्वच्छ करीत बसला होता.

"बाबा", नारायण म्हणाला, "एक गोष्ट मी सांगण्यास विसरलो. काल मी सहज बळदात उतरून पाहिले, तर त्यात पुष्कळ गहू आहेत! यातील गहू आपण पुन्हा काढलेच नाहीत वाटते."

राणाऊंना व पंतांना एकदम हायसे वाटले. त्यांचा आनंद गगनात मावेना. राणाऊंना आश्चर्य वाटले!

पांडू लोहाराकडून आदल्या रात्री नारायणाने गुपचूप गव्हाच्या गोण्या त्या बळदात आणून टाकल्या होत्या. ते कोणालाही समजले नव्हते.

उत्सवासाठी पांडूला गहू द्यावयाचे होते. पण हे पंतांना कळू द्यावयाचे नव्हते! त्यांनी लगेच पैसे दिले असते!

उत्सवाला गहू देण्याची पांडूची इच्छा होती!

वाट फुटेल तिकडे रामदास हिंडत होते. नाशकातील सारी देवळे, सारे मठ, सारे महंत, साधू, संन्यासी त्यांनी पाहून घेतले. कथा-कीर्तने, प्रवचने केव्हा असतात, हे पाहिले. विविध शास्त्री-पंडितांच्या घरी जाऊन आपल्याला ते नव्याने काही शिकवतील का हे चाचपून पाहिले. पंतांनी त्यांचे संस्कृत-अध्ययन घेतले होते; पण कितीतरी ग्रंथांचा अभ्यास व्हावयाचा होता.

फक्त चिंतामणशास्त्री त्यांना वेगळे वाटले. पुष्कळ मुले त्यांच्याकडे अभ्यासाला बसली होती. शास्त्रीबुवांनी त्यांना विचारल्यावर रामदासांनी सारी माहिती सांगून टाकली. "उत्तम." चिंतामणशास्त्री आनंदाने म्हणाले, "तुला रोज जी वेळ जमेल त्या वेळी येत जा. कुठे राहायची पंचाईत पडली तर खुशाल ये इथे. कसलाही संकोच करू नकोस. फार लांबून आला आहेस तू. एखाद्या वेळी माधुकरीचे जमले नाही, तर भोजनासही येत जा, आपले समजून."

"आपण देवमाणूस आहात." रामदास नम्रपणे म्हणाले, "मी पुष्कळांना भेटलो. पण कुणी धड बोललेही नाही माझ्याशी."

शास्त्रीबुवांना वंदन करून रामदास बाहेर पडले.

त्यांची पावले आपोआप श्रीरामाकडे वळली!

कितीतरी वेळ ते श्रीरामासमोर उभे होते. रामनामाचा जप व गायत्री पुरश्चरण करण्याचा संकल्प त्यांनी केला.

त्यासाठी योग्य व एकांताची जागा हवी होती त्यांना. नाशिकपरिसरातही ते भटकू लागले. सुमारे कोसभर गेल्यावर त्यांना टाकळी हे छोटेसे गाव लागले. गोदावरी व नंदिनी यांचा सुरेख संगम तेथे झाला होता. हा परिसर त्यांना एकदम

आवडला. अगदी नीरव शांतता होती. त्यांना हवा तसा हिरवागार निसर्ग सोबत होता. लता-वेली बहरलेल्या होत्या. औषधी वनस्पतीही पुष्कळ दिसत होत्या. फळझाडेही विपुल होती. त्यामुळे त्यांची सोय होणार होती.

औषधी वनस्पती व मुळ्या गोळा करण्याचा त्यांना छंदच होता. जांबेच्या गाववैद्याला ते सारे आणून देत. येथेही दगडी, तरवड, हिरडा, बेहडा, गोरखचिंच, वगैरे वनस्पती व झाडे दिसली. रानगुंजेला लाल मुळास गुंजा लागलेल्या दिसत होत्या.

बेलाचे एक हिरवेगार झाड दिसताच ते तिकडे गेले. बेलफळे लागली होती.

त्यापलीकडे एक टेकडी होती. तेथे पिवळाजर्द तरवड बहरलेला होता. काट्या निवडुंगाला लालेलाल बोंडे आली होती.

एका डेरेदार तरवडाच्या रोपट्यामागे त्यांना एक गुंफा दिसली. जवळ-जवळ ते धावलेच तिकडे. गुंफा चांगली प्रशस्त होती. फक्त अस्वच्छ दिसत होती. काटेरी वनस्पती वाढल्या होत्या.

रामदासांना परमानंद झाला. त्यांचा राहण्याचा प्रश्न सुटला होता. गुंफा छान होती. गावाशी काही संबंध नव्हता. वर्दळ नव्हती.

श्रीरामाने सारी सोय केली!

सुखालागी आरण्य सेवीत जावे!

* * *

टाकळीच्या त्या वनराईपुढे दाजिबा पाटलांचा मळा होता. नांगरट चालू होती. त्यासाठी दाजिबा आले होते. झाडा-फुलांची-वनस्पतींची पाहणी करणारा एक पोरगा त्यांना दिसला! नंतर तो त्या गुंफेत शिरला! आतून तो तोडलेल्या वनस्पती बाहेर टाकीत होता! तेथे राहण्याचा त्याचा बेत असावा! त्यांच्या लहानपणी एक साधू तेथे राहायचा.

आता मात्र पाटलांना दम निघेना. त्यांची उत्सुकता वाढली. कोण आहे हा पोर? कुठून आलाय?

"काय रे पोराऽ" जवळ येऊन पाटील म्हणाले, "काय करतोस इथं? कुटनं आला म्हनायचं?"

रामदासांनी स्वत:ची सारी माहिती सांगितली. इथे राहण्याचे कारणही सांगितले.

"आपण कोण आहात?" रामदासांनी नम्रपणे विचारले. "मला येथील काहीच माहिती नाही. मी राहू का इथे?"

"म्या पाटील हाय इथला." दाजिबा मिशीला पीळ देत म्हणाले, ह्यो

पल्याडचा मळा हाय माजा. रहा की हथं. गोपीनाथाशिवाय शानं कुनीच न्हाय हथं.'' तूच दुसरा व्हा हथं तू''

''हे गोपीनाथ कोण?''

''कुलकरनी हाय'' पाटील म्हणाले,

''लै इद्‌वान जवातवा काईतरी लिवत असतुया''

''बरं झालं'' रामदास म्हणाले, ''मलाही काहीतरी उपयोग होईल.''

''बरं का बामनबुवा'' पाटील म्हणाले, ''आता आमच्या हरबामाळी आन त्येच्या पोरीला पाठवतो इथं. समदं नीट करूनशान घे.''

पाटील लगेचच गेले. थोड्याच वेळात हरीबा माळी व त्याची पोरगी शेवंती आली. त्यांनी लगेच सारे स्वच्छ केले. शेवंतीने सगळीकडे शेणाने सारविले. गुहेचे स्वरूप एकदम पालटले.

''एकलाच ऱ्हानार व्हय?'' हरबाने विचारले,''दुसरं न्हाई कोनी?''

''तुम्ही आहात की शेजारी पलीकडे.'' रामदास हसत म्हणाले,''मग कसली आहे चिंता मला!''

''भीती न्हाय वाटनार?'' शेवंती म्हणाली.

''मला भीती वाटू लागली की हाक मारीन तुला.'' रामदास म्हणाले, ''मग तू काठी घेऊन ये!''

''म्या मुळीच येनार न्हाय'' शेवंती गुहेबाहेर येऊन म्हणाली,'' रातच्याला मी कुटंबी जात न्हाय!''

हरीबा व शेवंती अजून थोडावेळ बोलत बसले. अंधार पडू लागताच ते गेले.

गुहेच्या तोंडशी रामदास एकटेच बसले. भरपूर एकांत होता. प्रश्न कशाचाच नव्हता. तेवढ्यात हरबा आला. त्याने हाक मारताच रामदासांनी ओळखले त्याला.

पाटलांनी लहानसा दिवा व भरपूर फळे पाठविली होती.

नको म्हणणे रामदासांच्या जिवावर आले.

पाटलांना वाईट वाटले असते!

* * *

टाकळीची पूर्वा उजळण्यापूर्वीच रामदास काळोखात गोदा-नंदिनीच्या संगमात कंबरभर पाण्यात उभे राहिले. फिक्कट निळ्या आकाशात चांदण्या चमचमत होत्या. मंदसा पहाटवारा सुटला होता. रानवेलींचा सुगंध सर्वत्र दरवळत होता.

त्यांनी त्रयोदशाक्षरी राममंत्राचा तेरा कोटी जपाचा संकल्प सोडला. गायत्री

पुरश्चरणही त्याबरोबर करणार होते. पहाटेच्या नीरव शांततेत जपाला प्रारंभ झाला.

\- - - -

श्रीराम

जयराम

जय जय राम- - - -!

\- - - - ह्या तेरा दिव्याक्षरांचा उच्चार तेरा कोटी वेळा होणार होता. ह्या तेरा अक्षरांत सामावले होते, एका ध्येयवादी ब्रह्मचाऱ्याचे जीवन. त्यामागे उभा होता, प्रचंड आत्मविश्वास.

सूर्य माथ्यावर येईपर्यंत हा जप अखंड चालू होता. एकाग्रता साधलेली होती. सूर्योदय होताच टाकळीकरांची वर्दळ नदीवर चालू झाली होती. सर्वांचा एकच गोंधळ. पण रामदासांना या कशाचीही जाणीव नव्हती. दखल नव्हती---

'ॐ भूर्भुवः स्वः

तत्सवितुर्वरेण्यं भर्गो देवस्य धीमही

धियो योनः प्रचोदयात!'

पुरश्चरणात खंड पडत नव्हता. डोळे मिटलेले. इतरांना स्पष्टपणे काहीही ऐकू येत नव्हते. काहीतरी पुटपुटणे चालू आहे. एवढी कल्पना होती- -

त्या जगावेगळ्या पोराला कशाचीच फिकीर नव्हती !!

* * *

ऊन्हे असो, पाऊस असो वा थंडी किंवा पिसाटा वारा असो, रामदासांचा हा जीवनक्रम ठरून गेला होता. साऱ्या टाकळीकरांना तो माहिती झाला होता. त्यात कधीही खंड पडायचा नाही. बदल व्हायचाच नाही.

जपानंतर ब्रम्हयज्ञ व्हायचा. तो झाला की ते नाशकात माधुकरीसाठी जात. रोज ठरावीक प्रमाणात माधुकरी मागून झाली की श्रीरामाला नैवेद्य दाखवून ते टाकळीला परत येत. माधुकरीचे मग तीन भाग व्हायचे. एक भाग गाईला, दाजीबांची गाय तेथे असायची. एक भाग संगमातील मासे खायचे. उरलेल्या माधुकरीत त्यांचे जेवण व्हायचे हा भाग ते झोळीत घालून धुवायचे! तेल, तूप, तिखट-मीठ, फोडणी सारे धुवून जायचे! चव नाहीशी होत असे. शरीराचे कोणतेही चोचले त्यांनी ठेवले नव्हते.

भोजन होताच लगेच पुन्हा नाशकात जायचे. त्र्यंबकशास्त्रींच्याकडे अध्ययन चालू राहायचे. अध्ययनानंतर ते पुराण श्रवण करीत.

दिवेलागण झाली की ते टाकळीला परत यायचे. गोदाकाठी सायंकाळचे अन्हिक सुरू व्हायचे. तोपर्यंत चांगला अंधार व्हायचा. रात्री ते काहीही खायचे नाहीत. फळे देखील. काहीवेळा रात्री भरपूर एकांत मिळायचा. त्या वेळी ते चिंतन करायचे.

तन मन धन माझे
राघवा रूप तुझे

* * *

दाजिबा पाटील, हरबा, शेवंती यांच्या फेऱ्या गुहेकडे असायच्या. रोज काहीतरी नवीन विषय असायचा. रामदास फारच थोडावेळ तेथे सापडायचे. शेवंती रोज सारवून स्वच्छता ठेवायची. तुळशीचे एक रोपही तिने गुहेजवळ लावले होते.

दाजिबांबरोबर गोपीनाथ कुलकर्णी येऊ लागला होता. विशेषत: रात्री तो एकटाच यायचा. पुष्कळ विषयांवर चर्चा व्हायची. त्याचे विचार चांगले होते. पाठांतराची त्याला आवड होती.

''स्वामी'', एकदा गोपीनाथ म्हणाला, ''रात्री आपण नुसते बोलत बसतो, त्या ऐवजी ग्रंथवाचन चालू करू या.''

''माझ्याही मनात हीच कल्पना घोळत होती.'' रामदास म्हणाले, ''ही रामाचीच इच्छा दिसतेय. शास्त्रीबुवांचे चिरंजीव बाळंभटही परवा हेच म्हणाले. शिवाय ग्रंथलेखनही झाले पाहिजे.''

''माझे अक्षर चांगले आहे'' गोपीनाथ म्हणाला, ''वडिलांना दप्तर लिहिण्यास मी मदत करीत असतो. लोकही मला बोलावतात.''

''अवश्य जात जा.'' रामदास म्हणाले, ''आपल्याला जे काही येते, त्याचा दुसऱ्याला उपयोग व्हावा. आपली वाणी गोड असावी. कटुता नसावी.''

रामदास पुष्कळ वेळ बोलत बसले. गोपीनाथ ऐकत होता!

पुरश्चरणाच्या वेळी सर्वांत अधिक त्रास व्हायचा डोहातील माशांचा. तेथे फार मोठ्या प्रमाणात मासे होते. रामदास पुरश्चरणाला उभे राहिले की ते पायापासून कंबरेपर्यंत लचके तोडीत! सुरुवातीला त्यांचे मन जरा विचलित व्हायचे. थोडा खंडही पडायचा.

पण हळूहळू त्याचीही सवय झाली. मासे कितीही चावले तरी पुरश्चरण चालूच राहायचे. जास्तच त्रास होऊ लागला, तर दगडीचा पाला ठेचून ते लावीत. मासे चावून चावून तो भाग पांढरट दिसू लागला.

रात्रीच्या वेळी गोपीनाथामुळे ग्रंथवाचन नित्यनेमाने चालू झाले. पाटील

थोडावेळ यायचे; पण लगेच जायचे.

चिंतामणशास्त्र्यांना रामदासांचे वेगळेपण कळून चुकले होते. नवनवे ग्रंथ ते त्यांना शिकवीत. टाकळीला रात्री वाचण्यासाठीही देत. बाळंभट काहीही वाचायचा नाही. शास्त्री त्याला सक्तीचे वाचण्यास बसवीत. जांबेच्या या जगावेगळ्या पोराचे कौतुक ते सर्वांना नेहमी सांगायचे.

जपाची संख्या जशी वाढू लागली, तसे त्यांचे वयही वाढू लागले. त्यांच्या चेहऱ्यावर एक वेगळ्या प्रकारचे तेज दिसू लागले. गोरापान रंग, त्यात नित्यनेमाची व व्यायामाची भर पडली. टाकळीकरांना आता ह्या बालब्रह्मचाऱ्याचे वेगळेपण दिसून आले. हा तेजस्वी रामभक्त निश्चित वेगळा आहे, याची कल्पना आली.

त्यामुळे त्यांच्याकडे ते गुहेत असतील, तेव्हा लोक गोळा होऊ लागले! सांसारिक प्रश्न विचारू लागले. औषधे घेऊ लागले.

त्या मानाने रात्र थोडी मोकळी मिळायची...गोपीनाथ गेल्यावर!

* * *

''नारायणा'', एकदा चिंतामणशास्त्री म्हणाले, ''आत्तापर्यंत तू पुष्कळ ग्रंथ नेलेस व वाचून काढलेस. हे उत्तम झाले. पण ग्रंथलेखनाचा अजून तुला सराव नाही! आता लेखनाला आरंभ कर.''

''गुरुवर्य'', रामदास आनंदाने म्हणाले, '' माझ्याही मनात ही गोष्ट वारंवार येऊ लागली आहे. पण आता आपण सुचवीत आहात, तेव्हा ही साक्षात श्रीरामाचीच इच्छा दिसत आहे. कोणत्या ग्रंथाने आरंभ करावा?''

''हे वाल्मकी रामायण तू ने'' शास्त्रीबुवा प्रसन्नतेने म्हणाले, ''आणि कर सुरुवात ह्यापासूनच. रामनवमी जवळ येत चाललीय. तेव्हा त्या दिवशीच आरंभ कर.''

''अवश्य करीन'' रामदास म्हणाले,''तोपर्यंत लेखन-साहित्य गोळा करतो म्हणजे तो एक प्रश्न मिटला. रात्री सहज ग्रंथलेखन होईल रोज.''

''अरे'' शास्त्रीबुवा काही आठवून म्हणाले. ''तुला एक सांगायचे राहिलेच. परवा त्या भागानगराकडील एक जहागीरदार आले होते. त्यांनी पुष्कळ घोटीव कागद दिलाय. सरता सरायचा नाही. तुला लागेल तेवढा नेहमी घेऊन जात जा. त्या समोरच्या कोनाड्यात आहे.''

''तो कल्याणीचा केशव कुलकर्णी आला होता, ज्यांच्याबरोबर तेच जहागीरदार की काय'' केशवची आठवण येऊन रामदास म्हणाले,''बरे झाले, मग कागदाचा प्रश्न मिटला.''

''केशव त्यांच्याबरोबरच सहज आला होता.'' शास्त्रीबुवा म्हणाले,''मोठा हुशार व चुणचुणीत वाटला. पाठांतरही चांगले होते.''

''आम्ही खूप बोलत बसायचो'' रामदास म्हणाले, ''त्यानं त्याच्या बऱ्याच गंमती सांगितल्या. त्याला लहानपणी म्हणे बोलता यायचे नाही. पाच वर्षांचा झाला तरी मुकाच होता. एकदा सहज शंकराचार्य कल्याणीला आले. त्यांच्या प्रसादाने तो बोलू लागला!''

रामदासांना केशवच्या बऱ्याच गोष्टी आठवल्या!

* * *

रामदासांच्या लहानशा गुहेत बरीच गडबड चालू होती. वाल्मिकी रामायणाच्या लेखनास आज आरंभ होणार होता. शेवंतीने संध्याकाळीच हिरव्यागार शेणाने सारं स्वच्छ सारवून घेतलं होतं. गोपीनाथाने कात्रीने कागद कापून ठेवले. घरून येताना लेखनासाठी बोरू, शाई व आखफळी आणली होती.

टाकळीला आल्यापासून यंदाचा हा तिसरा रामजन्मोत्सव होता. गेली दोन वर्षं ते हा जिवाभावाचा सोहळा पाहत आले होते. आताही नाशकात प्रचंड भाविक जमले होते. उत्सव चालूच होता. रामदासांनी रामनवमीचा मुहूर्त योजला होता.

ग्रंथलेखाची वार्ता दाजिबांपर्यंत पोहचली होती. त्यांच्याबरोबर हरबाही आला होता. रामदास मात्र अजून आले नव्हते. उत्सवामुळे त्यांना उशीर लागत होता. अंधार पडू लागला हे पाहताच नेहमीप्रमाणे शेवंती वाटेवरच्या झाडाखाली जाऊन थांबली.

''लई वकुत जाला.'' नाशकाच्या वाटेकडे दूरवर पाहत पाटील म्हणाले, ''प्वॉर आलं नाय अजून. लिवायचं इसरलं की काय?''

''असं कसं होईल?'' गोपीनाथ म्हणाला,''उत्सवामुळे त्यांना वेळ लागतोय. मंदिरात तर भाविकांचा महापूर लोटला असेल. दर्शन घेतल्याशिवाय ते येणार नाहीत.''

''त्ये खरं हाय....पर लिवणं सुरू जाल्याबिगर आमी जानार नाय.'' दाजीबा म्हणाले,''जेवन व्हायचंय अजून. पर त्येचं काई नाय म्हना. पर ह्या गावात ह्ये आक्रितच जनु घडतंया. हे बामणाचं प्वॉर काय काय करील अजून, कुनास ठावं?''

''पाटील'', गोपीनाथ प्रसन्नतेने म्हणाला, ''आपल्या गावचं केवळ भाग्य म्हणूनच स्वामी टाकळीला आले. त्यांचे पुरश्चरण केवळ अलौकिक आहे. त्यांची प्रत्येक गोष्ट वेगळीच आहे.''

पाटील काहीतरी बोलणार, एवढ्यात रामदास घाईघाईने शेवंतीबरोबर येताना

दिसताच सारे गप्प झाले.

रामदर्शनाला ते गेले असताना श्रीराम आज त्यांना वेगळेच वाटत होते! आज नवमी असल्याने विशेष पूजा केलेली होती. पोषाखही सुंदर होता. कुंदाच्या कळ्यांचा सुंदर हार कोणीतरी घातला होता. धूप-दीप तेवत होते. एकदम प्रसन्न वाटले रामदासांना.

जो राम समोर उभा होता, त्याचीच कथा ते आज लिहिणार होते. कितीतरी वेळ ते हात जोडोन उभे होते. रामदर्शन रोजच होत होते. पण प्रत्येक वेळी तो सीतापती त्यांना वेगळाचि वाटायचा. गालातल्या गालात तो आज हसत आहे, असे त्यांना भासले. जणू त्यालाही आनंद झाला होता!

गुहेत आल्यावर थोडे बोलणे होताच ते ग्रंथलेखनाच्या तयारीला लागले. सारे तयारच होते. पूजेची तयारी शेवंतीने केली होती.

वाल्मीकी रामायणाच्या ग्रंथाची त्यांनी विलक्षण आदराने पूजा केली. वंदन केले. ब्रह्मांड फोडोन त्यांनाही रामकथा पैलाड न्यावयाची होती. प्रत्येकाला ती कळायला हवी होती.

घोटीव कागदावर रामदास लिहू लागले. त्यांचे अक्षर अतिशय रेखीव व वळणदार होते. मोत्यासारखे!

गोपीनाथ ते प्रथमच पाहत होता!

* * *

''स्वामी'', लेखन संपल्यावर एकदा गोपीनाथ म्हणाला, ''फार जाग्रण होतंय आपणाला. हे लेखन रोजच चालणार आता. रात्रीची विश्रांती मिळतच नाही आपणाला. तेव्हा थोडेसे लवकर संपवा. शिवाय आपण भल्या पहाटेच उठता!''

''तुझ्या भीतीमुळे उलट मी फार लवकर झोपू लागलोय, गोपीनाथ'' रामदास हसून म्हणाले. ''देहाचे चोचले अधिक करायचे नसतात. बहुत खाऊ नये व बहुत निद्रा करू नये.''

''स्वामी'', गोपीनाथ म्हणाला, ''हे तत्त्वज्ञान म्हणून ठीक आहे. पण त्यातून काहीतरी मार्ग काढला पाहिजे. आपली होत असलेली सारी ओढाताण मी पाहतोय. थोडे स्वास्थ्य हवेच की.''

''ज्या दिवशी मी घर सोडले त्याच दिवशी हे सारे संपले,'' रामदास भावनावश होऊन म्हणाले, ''ही सारी बंधने मायापाशात राहणाऱ्या गृहस्थांना असतात. देहाची काळजी आता त्या श्रीरामालाच.''

गोपीनाथाकडे दुर्लक्ष करून रामदासांना वाल्मिकी रामायणाचे आदिकांड

केवळ सात दिवसांत लिहून काढले!

आता अरण्यकांडाला आरंभ होणार होता!

* * *

शास्त्रीबुवांच्याकडे कोणी पाहुणे आल्याने त्यांनी रामदासांचे पाठांतर घेतले नाही. लवकर मुक्तता झाल्याने ते तातडीने टाकळीकडे निघाले. ही वेळ टाकळीला यायची नव्हती. मिळाला तर थोडा एकान्त त्याना हवा होता. लिखाणामुळे तो मिळत नव्हता.

टाकळीच्या अलीकडे रस्त्याजवळच्या झाडाखाली काही पोरे गोट्या खेळत होती. एक पोर मात्र पलीकडे हुंदके देत रडत होते. ''काय रे बाळा'', रामदासांनी त्याच्या पाठीवर हात फिरवत विचारले, ''कशासाठी रडतोस? काय झाले तुला?''

''माझ्या सगळ्या गोट्या जिंकल्या यांनी.'' ते पोर रडतच म्हणाले, ''एकही उरली नाही. आता मी कसा खेळू?''

नदीत उभे राहू तपश्चर्या करणारा हा महाराज साऱ्या पोरांना माहिती होता. पण महाराजांनी जेव्हा गोट्या खेळण्यास त्यांना घेण्याची विनंती केली, तेव्हा सर्वांना आश्चर्यच वाटले! महाराज कसला खेळणार गोट्या!

पण रामदासांनी पाहता-पाहता साऱ्या गोट्या जिंकल्या! एकही गोटी कुणाजवळ राहिली नाही. सारी पोरे कावरी बावरी झाली. आता घरी काय सांगायचे! पुन्हा गोट्या कोठून आणायच्या?

रामदासांनी साऱ्या गोट्या सर्वांना समान वाटून टाकल्या! ते रडणारे पोर इतके हसू लागले की त्याचे त्यांनाच हसू आले!

पोरे पळत निघून गेली. पण रामदासांच्या डोळ्यांसमोरून त्यांचे बालपण हटेना. त्यांना दिसू लागले! तेथील ते वडाचे डेरेदार झाड. त्या झाडाखाली सारखा गोट्यांचा डाव रंगलेला. जोशींच्या माधवाला गोट्या कधीच जिंकता यायच्या नाहीत. त्याचा नेमच बसायचा नाही.

रामदासांना गोट्या जिंकण्यासाठी गष्टील कधीच लागायचा नाही. साध्या गोटीनेच ते भराभरा गोट्या जिंकायचे. माधव कितीतरी वेळा त्या पोरासारखाच रडायचा. रामदासांनी त्याला प्रत्येक वेळी त्यांनी जिंकलेल्या सर्व गोट्या दिल्या होत्या. सूर्याजीपंतांना नारायणाचे हे गोट्या खेळणे अजिबात आवडायचे नाही.

''नारायण'', एकदा पंत खवळून म्हणाले, ''तुला हजार वेळा सांगून पाहिले पण गोट्या काही बंद होत नाहीत! अरे, गोट्या नाहीत! आयुष्यातील एकेक पर्वणी तुम्ही फेकून देत आहात. दूर लाथाडीत आहात. आत्ताच नाही डोळे उघडणार

तुमचे. नशिबाच्या साऱ्या गारगोट्या झाल्या म्हणजे आठवतील बोल माझे.'' --- नारायण खाली मान घालून उभा होता. पंत बोलत होते ---

जशाच्या तसा हा प्रसंग रामदासांच्या डोळ्यांसमोर उभा राहिला. पंतांची आठवण फार दिसांनी झाली. आता मात्र पंत त्यांच्या डोळ्यांसमोरून हलेनात. कितीतरी प्रसंग एका पाठोपाठ पुढे सरकू लागले. कठोर वागणे पंतांना कधीच जमले नव्हते.

रामदासांना चैन पडेना. कुणीकडून गोट्या खेळलो असे झाले. त्या रडवेल्या पोराला पाहून त्या जागी माधव दिसू लागला! म्हणूनच ते खेळले!

अस्वस्थ मनाने ते गुहेत शिरले. एकदम कोपऱ्यात जाऊन बसले. अंधार कधीच पडला होता.

दिवा लावला नव्हता. कसलीच चाहूल नव्हती. शेवंती आली तशीच परतली. तिला वाटले, स्वामी आलेले नाहीत!

वाटुली पाहत ती रस्त्यावर जाऊन बसली.

* * *

वैशाखाचे उन्ह रणरणत होते. जिवाची तलखली होत होती. सारी जमीन भाजून निघत होती. अशा वेळी टाकळीपलीकडील दशकपंचक गावाकडून टाकळीच्या संगमावर अंत्यसंस्कार करण्यासाठी एक प्रेत आले. बरीच मंडळी बरोबर होती. प्रेतामागून मळवट भरलेली, मुक्त केस असलेली एक स्त्री शोकाकुल अवस्थेत येत होती.

दशकपंचक गावचे गिरिधरपंत कुलकर्णी ऐन तारुण्यात राजयक्ष्मा झाल्याने वारले होते. कोणतेच औषध त्यांना लागू पडले नाही. अखेर सारीच औषधे बंद केली.

त्यांना कुणीच वाचवू शकले नाही. पिलंभटांनी नाडी पाहिली. ती बंद पडली होती.

अन्नपूर्णाबाईंनी हंबरडा फोडला. आता त्यांचे काय राहिले होते? कुणासाठी जगायचे? त्यांनी सती जाण्याचा निर्णय घेतला. अखेर पिलंभट अंत्ययात्रेच्या तयारीला लागले. त्या परीसरात सती कोणी गेले नव्हते. त्यामुळे प्रचंड गर्दी उठली. टाकळीच्या संगमावर ही यात्रा आली.

पुरश्चरण संपवून ब्रह्मयज्ञ करण्यासाठी त्याच वेळी रामदास तेथे आले. हा विलक्षण तेजस्वी तपस्वी पाहताच त्यांचे दर्शन घेण्यासाठी अन्नपूर्णाबाई तेथे आल्या.

रामदासांनी डोळे मिटून घेतलेले होते. जणू काही त्यांची समाधीच लागली

होती.

नमस्कार करताना अन्नपूर्णाबाईंच्या बांगड्या वाजल्या!

"अष्टपुत्रा सौभाग्यवती भव!"

कुणी स्त्री आली असावी, असे समजून रामदासांनी आशीर्वाद दिला!

"उशीर झाला महाराज, आशीर्वादाला." बाई म्हणाल्या, "आता काय उपयोग? सारे संपलेले आहे!"

रामदासांनी डोळे उघडून त्यांच्याकडे पाहिले. हिरवे पातळ, मळवट भरलेला, केस सोडलेले. पलीकडे चिता रचली जात होती. त्यांना सारी कल्पना आली.

त्यांनी आशीर्वाद दिला होता.

शब्द सुटले होते.

आता ते खरे व्हायला हवेत!

"मातोश्री" रामदास म्हणाले,"हा आशीर्वाद श्रीरामांनी दिलाय. तो खरा होणारच. आता सती जाण्याचे प्रयोजन नाही. चला, आपण तिकडेच जाऊ."

रामदास त्या प्रेताजवळ आले.

रामनामाचा जप चालूच होता.

त्यांच्या कमंडलूत होते गोदाजल.

त्यांनी ते प्रेतावर शिंपडले!

झोपेतून उठल्याप्रमाणे गिरिधरपंत उठून बसले! प्रेत जिवंत झाले!

उठले!

सारे जण अवाक् झाले!

अत्यानंदाने बाईंना भोवळ आली!

गिरिधरापंतांनी रामदासांचे चरण धरले!

पिलंभट पाहतच राहिले.

"बोला ना काहीतरी," शुद्धीवर आलेल्या अन्नपूर्णाबाई म्हणाल्या,"उपकार फिटणार नाहीत स्वामींचे. पुसलेले कुंकू पुन्हा कपाळी येत नसते."

"स्वामींचे उपकार फेडण्यास शब्दच नाहीत." गिरिधरपंत म्हणाले,"त्यांच्या रूपाने येथे श्रीरामाच अवतरले आहेत. त्यांनीच पुन्हा प्राणदान केले."

"एवढेच नव्हे तर पुत्रांचीही देणगी दिली आहे." अन्नपूर्णाबाई म्हणाल्या,"हे असे कुठेच घडलेले नाही."

"मी काहीही केले नाही." रामदास म्हणाले, "हा ह्या रघुनंदनाचा खेळ आहे."

"स्वामी" अन्नपूर्णाबाई म्हणाल्या, "आम्हाला आता जो पहिला पुत्र होईल

तो आम्ही आपणाला अर्पण करू. नाही म्हणू नका. तो आपलाच प्रसाद आहे. श्रीरामाचा.''

''आम्ही तो अवश्य स्वीकारू.'' स्वामी हसून म्हणाले,''तो आमचा म्हणून वाढेल.''

रामदासांची माधुकरीची वेळ आज टळली होती.

काहीच घडले नाही अशा कल्पनेत ते पंचवटीकडे निघाले!

* * *

अरण्यकांड लिहून झाल्यावर लिखाणात बराच खंड पडला. काही केल्या लिखाण होईना. शास्त्रीबुवांनी वाचन आणि पाठांतर इतके सांगण्यास सुरुवात केली, की मनात असूनही रामदासांना वेळ मिळेना.

गोपीनाथाला जसे गिरिधराच्या पुनर्जन्माचे आश्चर्य वाटले, तसे दाजिबांनाही वाटले होते. पण हे कसे घडले हे विचारण्याचे धाडस त्यांनी केले नाही. रामदासांवर त्यांची अपार भक्ती जडली होती. आता तर त्यात भरच पडली. साऱ्या टाकळी परिसरात हीच चर्चा चालू होती. हा चमत्कार प्रथमच घडला होता. सर्वांदेखत!

रामदास भेटतील ह्या कल्पनेने तिन्हीसांजा होताच दाजिबांची पावले गुहेकडे वळली. गोपीनाथ अगोदरच येऊन बसला होता.

''काय रे गोपीनाथा'', काहीसे आठवीत दाजीबा म्हणाले, ''त्यो मेलेला बामण जिता कसा काय जाला? लई अक्रित घडलंया ह्ये!''

''पाटील'', गोपीनाथ म्हणाला, ''हा चमत्कार मुळीच नाही. हा स्वामींच्या वाचासिद्धीचा खेळ आहे. रामप्रभूंच्या साक्षात दर्शनामुळे स्वामींच्या अंगी दैवी सामर्थ्य आले आहे.''

''त्ये काई का असेना. बामण जिता जाला ह्ये नवालच नव्हं का?'' दाजीबा म्हणाले,''समदीजनं ह्ये बोलत्याती. कुटंबी जा.''

तेवढ्यात रामदास आल्यामुळे तो विषय संपला. त्यांच्याबरोबर आज बाळंभट आले होते. उपनिषदावर त्या दोघांना चर्चा करायची होती. त्यांना प्रामुख्याने रामदासांचे पुरश्चरण पाहायचे होते.

थोडावेळ थांबून दाजिबा निघून गेले. गोपीनाथ बसला काही वेळ, पण स्वामींची गडबड पाहून तोही गेला.

मध्यरात्र उलटली तरी त्या दोघांची चर्चा चालूच होती. दाजिबांनी हरबाबरोबर न विसरता फलाहार पाठविला होता. शिवाय दूधही होते.

बाळंभटांची सोय झाली. स्वामींचा पाहुणा उपाशी कसा झोपणार?

नेहमीपेक्षा रामदास लवकर उठले. जाग येताच ते धावतच बाहेर आले. अजून पूर्वा उजळलेली नव्हती. दूरवर कुणीतरी एकतारीवर हरीपाठ गात होते. आवाज अतिशय गोड होता. पहाटेची शांत रम्य वेळ. मस्त गारवा. ते सूर ऐकावेसे वाटत होते.

ते अगदी भारावून गेले. मानवी आवाजाचे हे नवे रूप ते पाहत होते. रागदारीचा गोडवा चांगलाच जाणवला. पंढरीचा कोणी वारकरी गोदास्नानाला आला असावा.

या गायनाचा रामदासांवर फार परिणाम झाला. त्यांनी संगीतशास्त्राचा व रागदारीचा अभ्यास करण्याचे ठरविले. मनाची एकाग्रता अधिक साधण्यासाठी संगीताचा फार उपयोग होईल, असे वाटले त्यांना.

रामाच्या देवळात पुराण सांगणारे गुंडोजी पुराणिक त्यांना रागदारीसाठी सारखे बोलावीत होते. वेळात वेळ काढून ते त्यांच्याकडे जाऊ लागले.

रात्रीच्या वेळी गुहेबाहेर बसून ते रागदारीत रमू लागले. दिलेले राग आळवू लागले. त्यांचा आवाज मधुर होता.

दिवसाच्या प्रत्येक प्रहराचे राग वेगवेगळे होते. मानवी मनाची प्रसन्नता फुलवणारी शक्ती ह्या गायकीत होती.

रामदासांना नवे विश्व गवसले!

* * *

दुपारच्या वेळी रामदास पंचवटीत जाण्यास निघणार, तोच गुहेच्या दाराशी एकदम थांबले. त्यांना आश्चर्य वाटले! आपल्या नूतन अपत्याला घेऊन गिरिधरपंत व अन्नपूर्णाबाई त्यांच्याकडेच येत होत्या.

गिरिधरपंतांचा पुनर्जन्म झाल्यावर त्यांना जडलेला क्षयरोग संपूर्ण बरा झाला. त्यांची तब्येत एकदम सुधारली. रामदासांनी काही काढे त्यांना दिले होते. स्वामींनी दिलेला आशीर्वादही खरा झाला होता.

''स्वामी'', रामदासांच्या चरणावर आपल्या तान्हुल्याला ठेवीत अन्नपूर्णाबाई वंदन करीत म्हणाल्या,''हा आपला ठेवा सांभाळा. आपल्या कृपेमुळे हा जन्मला.''

''श्रीरामाची कृपा म्हणा'', रामदास त्या तान्हुल्याला हाती घेत म्हणाले, ''मी केवळ निमित्तमात्र आहे. काय ठेवलंय नाव याचे?''

''शिवराम'', अन्नपूर्णाबाई म्हणाल्या,''छान आहे ना?''

''हे काय बोलणे झाले?'' रामदास शिवरामाला हातावर खेळवीत म्हणाले,''जिथे राम आहे तेथे सारे शिवच आहे. 'कल्याण' होईल याचे. आम्ही पडलो अरण्याखाली.

ह्या तान्हुल्याला आम्ही कसे सांभाळणार? ही आमची ठेव अजून काही वर्षे आपणच सांभाळा. कळता झाला की आमच्याकडे आणा! ही श्रीरामाची इच्छा समजा!''

''जशी आपली आज्ञा!'' गिरिधरपंत म्हणाले.

रामदासांना लवकर निघायचे होते. थोडा वेळ थांबून ते दोघे शिवरामाला घेऊन गेले.

ते दूर जाईपर्यंत रामदास पाहत होते!

* * *

पंचवटीहून रामदास संध्याकाळी परत आले. शिवरामाला पाहिल्यापासून ते अस्वस्थ झाले होते.

त्यांना श्रेष्ठांची व पार्वतीवहिनींची आठवण झाली. त्यांच्या मनात आले....आपल्या घरीही एखादा श्रेष्ठांचा शिवराम रांगत असेल....आई त्याला खेळवीत बसत असेल....! घराचं अगदी गोकुळ झाले असेल!

त्यांना काही सुचेना. गुहेत गेले तर गोपीनाथ, पाटील वगैरे मंडळी येतील म्हणून ते परस्पर गोदाकाठी गेले. त्यांना आज एकान्त हवा होता. सूर्य केव्हाच मावळला होता.

रामदासांनी वर पाहिले. वद्यपक्ष असल्याने चांदण्या डोकावू लागल्या होत्या. त्यांना सहज आठवले.---

सूर्याजीपंतांना केव्हातरी अंगत-पंगत करण्याची लहर यायची. विशेषत: मामा आले म्हणजे. आकाशात असंख्य चांदण्या चमचम करीत असायच्या. सारी तयारी झालेली नसायची. राणाऊ अजून स्वयंपाकघरातच असायच्या. सारेजण माळवदावर हजर असायचे. मग चांदण्यांचाच विषय निघायचा. मंगळ, राहू, केतू, शनी वगैरे मंडळी कशी उपद्व्यापी आहेत, हे भानजीमामा रंगवून सांगायचे.

तेवढ्यात राणाऊ वर यायच्या. त्यांनी आणलेल्या भाजणीच्या थालपीठांचा खमंग वास सुटलेला असायचा- पंगत चालू व्हायची---! राणाऊंची आठवण झाली, त्यामुळे ते अस्वस्थ झाले. त्या त्यांना डोळ्यांसमोरूनच हलेनात. त्यांच्या प्रकृतीची चिंता वाटू लागली. त्यांना चैन पडेना.

त्यांना भावनावश व्हावयाचे नव्हते. ह्या प्रवृत्तीवर त्यांनी चांगलाच विजय मिळविला होता. फक्त श्रीराम! अन्य कोणताच विषय नाही!

रघुनायका मागणे हेचि आता!

* * *

गिरिधरपंत-अन्नपूर्णाबाई जरी शिवरामाला घेऊन गेले होते, तरी ही स्वामींची ठेव समजूनच त्याला वाढवीत होते. स्वामींची त्याला सवय व्हावी म्हणून अधून-मधून गिरिधरपंत शिवरामाला टाकळीला घेऊन येत. स्वामींनी त्याला 'उद्धव' असे म्हणण्यास आरंभ केला. तेही काही वेळा त्याची वाट पाहायचे! त्यांना त्याचा लळा लागला होता.

शेवंती असती, तर ती त्याला सारखी खेळवीत बसली असती. पण आता ती सासरी गेली होती. तिची सारी कामे स्वामींनी नको म्हटले, तरी गोपीनाथ करायचा

उद्धवाची मुंज करावी असे त्याच्या आईला वाटू लागले. नाशकात तर मुंजीचा धडाका उठला होता. पुढे सिंहस्थ होते. मुहूर्त नव्हते.

रामदासांच्या मांडीवरच उद्धवाची मुंज लागली. रामदासांनी आपले सारे कार्यक्रम वेळेअगोदर चालू करून मुंजीच्या धामधुमीत भाग घेतला.

ते राहत असलेल्या गुहेचा परिसर गजबजून गेला.

उद्धवाची नवीन जबाबदारी रामदासांवर पडली.

* * *

सिंहस्थाची महापर्वणी रामदासांना योगायोगाने पाहण्यास मिळाली. हा दुर्मीळ योग आला होता. सबंध भारतातील भाविक गोळा झाले होते. नाना पंथांचे नाना साधू. महान तपस्वी. हत्तीवरून हिंडणारे. विविध महंत तेवढेच. नाथपंथीही पुष्कळ.

रामदास भारावून गेले. अशा बिकट स्थितीत साऱ्या देशातून लाखो भाविक येतात, हेच अपूर्व होते. भारताच्या भिन्न-भिन्न भागांतील विविध भाषा बोलणारे, वेगवेगळे पोषाख असणारे एकत्र आले होते. प्रत्येक गोष्ट जरी वेगळी होती, तरी सर्वांची भावना एकच होती. धर्मही तोच होता.

रामदासांच्या मनावर ह्या गोष्टींचा फार परिणाम झाला. त्यांचा पुरश्चरणाचा काळ एक-दोन वर्षांत संपणारच होता. येथे येऊन त्यांना एक तप होणार होते. त्यानंतर काय? कोठे जावयाचे?

इतक्या वर्षांनी त्यांच्यातही फरक पडला होता. ते आता जांबेच्या कुणालाच ओळखू आले नसते! अगदी निराजी वडेकर जरी जवळून गेला असता तरी! सिंहस्थात जांबेची काही माणसे येऊन गेली असती, तरी त्यांनाही ते ओळखू येणे शक्य नव्हते!

त्यांच्या मनात तीर्थयात्रेचे विचार येऊ लागले. भक्तिभावाला लोकगंगेचा महापूर आलेला पाहून रामदास दिपून गेले होते. सारा देश तीर्थयात्रेच्या निमित्ताने

पाहून घेतला पाहिजे, हा एकच विचार सारखा मनात येऊ लागला. सर्व देशभरातील लोकांच्या भावना समजायला हव्यात.

ह्या देशाची संस्कृती, परंपरा, इतिहास, देवदैवते यांवर मोघलांचे दुष्ट सावट पडले होते. काय संबंध यांचा ह्या देशाशी? हिंदूंना ताब्यात ठेवणारे हे कोण? त्यांना विरोध करायला हवा. शक्तिशाली संघटना तयार व्हावयास हवी.

हिंडल्या-फिरल्याशिवाय खरी परिस्थिती, व्यथा समजणार नव्हती.

अगाध श्रद्धेच्या जोरावर त्यांनी उपासना व व्यासंग गोदाकाठी केला. त्यात त्यांची प्रगती होत गेली. 'कोसळोन पडो हे आकाश' तरी त्यांनी 'कास राघवाची' सोडली नव्हती. दाता एकु रघुनंदन!

'बुद्धी दे रघुनायका'' असे म्हणून ते रामाला सातत्याने आळवीत होते!

* * *

''स्वामी,'' एके दिवशी रात्री गोपीनाथ म्हणाला, ''हा निसर्गाचा कोप किती दिवस टिकणार? दुष्काळामुळे आता काय शिल्लक राहिले आहे?''

''हा निसर्गाचा खेळ आहे.'' स्वामी म्हणाले, ''याला कारण आहे वासना! राज्यकर्त्या म्लेंछांच्या भयानक वासनाकांडामुळे पापाचे मळे बहरले! बिचाऱ्या माता-भगिनींनी दिलेल्या शापाचे हे परिणाम आहेत, गोपीनाथ! रयत सुखी तरच राजा सुखी.''

सिंहस्थानंतर दुष्काळाचे प्रचंड सावट ह्या परिसरावर पडले. पाऊस एकदम गडप झाला. गोदावरी रोडावली. विहिरी आटल्या. झाडांचे खराटे झाले. गुराढोरांचे सांगाडे पडले! कुत्र्याच्या तोंडातील भाकरतुकडादेखील लोक पळवू लागले!

श्रीरामाच्या कृपेने, रामदास ज्या नंदिनीत पुरश्चरणाला उभे राहात त्या, डोहाचे पाणी मात्र फारसे आटले नव्हते! त्यामुळे पुरश्चरणात काही घोटाळा झाला नाही. दाजिबांचा मळा फार भकास झाला होता.

कितीतरी वेळ रामदास व गोपीनाथ बोलत होते दुष्काळाबद्दल.

''स्वामी'', गोपीनाथ म्हणाला, ''आता लोकांनी काय करावे?''

''रावण किती दिवस टिकला?'' रामदास म्हणाले, ''त्याच्या महाबलाढ्य राज्याचे श्रीरामाने काय केले? तोच श्रीराम इथे गोदाकाठी उभा आहे. त्याची मनोभावे उपासना करा. तो चिरंजीव आहे. जेथे राम तेथे हनुमान! हनुमान तेथे यशोगान! ह्या देवता आहेत पराक्रमाच्या. पौरुषाच्या. विजयाच्या!!''

''कोण करणार हे?'' थांबावून गेलेला गोपीनाथ म्हणाला, ''एकट्या-दुकट्याचे हे काम नाही.''

"मी तेच सांगत आहे तुला," स्वामी हसून म्हणाले,"त्यासाठी सारा बहुजन समाज एकत्र व्हायला हवा. त्यासाठी श्रीरामकथा ब्रह्मांड भेदून न्यावयास हवी. ह्या देशातील प्रत्येक स्त्री अंजनीमाता बनून येथे हजारो रामभक्त हनुमान निर्माण व्हायला हवेत. मगच रामराज्य येईल."

"ह्ये मातुर खरं हाय" इतका वेळ गप्प बसलेले दाजिबा म्हणाले,"रामाचं राज यायला हवं...त्ये काई बी करा तुमी, स्वामी,"

"दाजिबा", स्वामी म्हणाले, "अवश्य करीन. तुमचा आशीर्वाद हवाय मला. पाठिंबा हवाय. मी लोकांना सारी उपासना करायला लावीन. मग ह्या भूमीला त्यातून निश्चित राजा लाभेल. हिंदू राजा! हिंदूंचे राज्य! आणि मगच मला संतोष होईल."

रामदासांना वारकऱ्यांच्या ऐवजी धारकरी दिसू लागले!

* * *

साऱ्या टाकळीत एकच चर्चा चालू होती! शहाजीराजांचे घोडेस्वार स्वामींच्या चौकशीसाठी येऊन गेले! आडबाजूच्या टाकळीत फार दिवसांनी चौखूर धूळ उडवीत मराठमोळे घोडेस्वार आले होते.

घोडेस्वार येताहेत हे कळताच नेहमीप्रमाणे ते म्लेंछ समजून टाकळीत बरीच पळापळी झाली. पाहता पाहता सारे रस्ते मोकळे! बायका-पोरे लपून राहिली. दारे बंद झाली. पण थोड्याच वेळात दाजिबा पाटील त्यांच्याशी हसत बोलत बसलेले पाहून टाकळीकरांच्या जिवात जीव आला!

नाशकाचा परिसर शहाजीराजांच्या जहागिरीत येत होता. संगमनेरपासून राजे शहाजी जहागिरीची व्यवस्था पाहत पाहत त्र्यंबकाहून नाशकात आले होते.

सिऊभट ढेरगे भोसल्यांचे त्र्यंबकेश्वरचे तीर्थोपाध्ये होते. राजांच्या दर्शनाची सारी व्यवस्था त्यांनी चोख पार पाडली होती. सिऊभटांनी रामदासांना पहिलेही नव्हते; पण त्यांच्या साऱ्या वार्ता त्यांना समजल्या. गिरिधरपंतांची हकिकत कळली होती. त्यांच्या बंधूंनी म्हणजे भिकंभटांनी स्वामींना शास्त्रीबुवांकडे पाहिले होते. त्यांनी सहज बोलता बोलता रामदासांची माहिती राजांना सांगितली. त्यांना कमालीचे आश्चर्य वाटले.

आपल्या जहागिरीतील ह्या महान तपस्व्याची गाठभेट घेण्याचे त्यांनी ठरविले. त्यांची माहिती मिळविण्यासाठी त्यांनी आपले घोडेस्वार टाकळीला पाठविले.

राजांच्या छावणीत जाण्यास स्वामींना तूर्त वेळ अजिबात नव्हता, त्यामुळे दुपारी राजांनी त्यांना भेटण्यास यावे असे ठरले!

घोडेस्वार निघून जाताच दाजिबा, गोपीनाथ वगैरे मंडळी गुहेसमोर जमली.

"स्वामी," गोपीनाथ म्हणाला, "राजे शहाजी बहुतेक दर्शनाला येणार असतील."

"दर्शन श्रीरामाचे घ्यावयाचे असते, गोपीनाथ!" रामदास म्हणाले,"माझे कशासाठी? मी एक साधा रामोपासक आहे. रामाच्या कृपेने येथे राहतो. राजे का येताहेत माझ्याकडे, याचा मीही विचार करीत आहे. मघापासून काय बोलावे त्यांच्याशी हीच पंचाईत पडलीय मला."

"स्वामी," गोपीनाथ म्हणाला, "तो नंतरचा प्रश्न आहे. श्रीरामामुळे सारे काही व्यवस्थित पार पडेल. राजे आपल्या गावात येणार म्हणजे त्यांच्या स्वागताची सारी तयारी करावी लागेल. बोलावले असते तरी राजे आले नसते. परवाच स्वामींनी आपल्याला हिंदू राजाबद्दल सांगितले होते. स्वामींची ती वाणी लगेच खरी ठरली. हिंदूंच्या राजाची चाहूल स्वामींना अगोदरच लागली."

"हा योगायोग समजावा, गोपीनाथ!" स्वामी म्हणाले, "राजे येताहेत हे चांगले झाले. त्यांना काही गैर दिसणार नाही, याची काळजी घ्या. दारिद्र्य झाकू नका. सुखाची सावली त्यांना दिसू नये. सारेजण आहेत तसेच त्यांना दिसले पाहिजेत. रयतेची दु:खे समजली पाहिजेत."

पुष्कळ वेळ ही बोलणी चालू होती. भल्या पहाटेपासून गावात धावपळ सुरू झाली. जो तो स्वच्छता करू लागला.

दुष्काळामुळे आलेली मरगळ दूर होऊ लागली!

गावात राजांचे आगमन होणार होते!

राजा!

हिंदूंचा राजा!!

* * *

नाही म्हटले, तरी रामदासांच्या मनात पुन्हापुन्हा राजांचेच विचार येत होते. रात्रीदेखील त्यांना लवकर झोप आली नाही. नाना विचारांचे कल्लोळ माजले. राजांना त्यांनी कधी पाहिले नव्हते. कधी त्यांच्यासंबंधी बोलणे झाले नव्हते. राजे का येताहेत? ते कसे असतील? काय बोलतील?

दुपारपर्यंतचे सारे कार्यक्रम शक्य तितक्या लवकर आटोपून रामदास राजांची वाट पाहत बसले.

दाजिबांनी गुहेच्या बाहेर एक लहान, पण सुंदर मंडप घातला. राजांना शोभेल असा. नाशिकहून सारे साहित्य आणले होते. आत साजेशी बैठक टाकली. त्यांच्या घरी एक चांगला गालिचा होता, तो घातला. त्यामुळे बैठकीला

भारदस्तपणा आला.

स्वामी पुरश्चरणाला गेल्यावर ह्या साऱ्या गोष्टी गोपीनाथाच्या मदतीने दाजिबांनी करून घेतल्या होत्या. राजाला गुहेत कसे बसवायचे? त्यांच्या दर्जाला शोभेल अशी व्यवस्था पाटलांनी केली. ते व गोपीनाथ केव्हांचे राजांच्या स्वागताला उभे होते. काही प्रमुख गावकरीही हजर होते.

राजे येत असल्याची सुवार्ता येताच जमलेली सारी मंडळी मुख्य रस्त्यावर जाऊन उभी राहिली. सावता माळ्याने आपल्या मळ्यातील फुलांचा भलामोठा हार आणला होता.

राजे येताच त्यांना वंदन करून दाजिबांनी त्यांना हार घातला. सर्वांचे मुजरे घेत राजे गुहेजवळील मंडपात आले. कौपिनधारी रामदास हात जोडोन उभे होते. राजांनी मंदस्मित करून त्याचा स्वीकार केला.

''प्रवास ठीक झाला ना?'' रामदासांनी राजांना गालिच्यावर बसवीत विचारले, ''काही त्रास?''

''प्रवास कसला हा!'' शहाजीराजे हसून म्हणाले, ''नाशकाहून येथे आल्यासारखेही वाटले नाही. अगदीच जवळ. मात्र आम्हाला ही जागा व परिसर फार आवडला. रमणीय आहे अगदी.''

''श्रीरामाची कृपा!'' स्वामी राजांना न्याहाळीत म्हणाले,''त्यानं मनावर घेतले म्हणून सारे व्यवस्थित आहे.''

''आपणासंबंधी आम्हाला सारे समजले आहे.'' राजे स्वामींच्या रूपाकडे लोभसपणे पाहत म्हणाले, ''आपला फार खडतर असा दिनकार्यक्रम चालू आहे. आपल्या ह्या व्रतस्थ जीवनाचे विलक्षण कौतुक निर्माण झाले आहे. अशा तऱ्हेचे व्रत आम्हीतरी कधी ऐकले नव्हते. सिऊभटांनी समजावून सांगितल्यामुळेच समजले. वास्ताविक आमच्या जहागिरीत आपणासारखे श्रेष्ठ तपस्वी आहेत, हे आम्हाला यापूर्वीच माहीत व्हावयास हवे होते. त्यासाठी आम्ही दिलगिरी व्यक्त करतो!''

''राजे! दिलगिरीचे काहीच कारण नाही.'' रामदास नम्रतेने म्हणाले,''मी एक अतिसामान्य रामभक्त आहे. श्रीरामाची मनोभावे सेवा करण्याचा प्रयत्न गेली काही वर्षे करीत आहे, एवढेच. आपले चरणकमल ह्या गावाला लागले, हे आमचे भाग्य. त्यामुळे सारी गावस्थिती आपणाला समजली.''

''सगळीकडे असे उजाडच झाले आहे.'' राजे जरा गंभीर होत म्हणाले, ''त्यामुळे आम्ही अस्वस्थ आहोत. सर्वत्र भकास, उदास. जो तो गांजून गेलाय. सुखाचे दिवस केव्हा येतील कोण जाणे?''

''म्लेंछांचे पारिपत्य झाल्याशिवाय सुखाची कशी अपेक्षा करावी, राजे,''

रामदास स्पष्टपणे राजांकडे रोखून पाहत म्हणाले, ''ह्या हिंदूंच्या देशाशी काय संबंध त्यांचा? त्यांची संस्कृती वेगळी, आपली एकदम वेगळी. त्यांचे व आपले कधीच जमणार नाही. त्यांना माणुसकी हा शब्दच माहिती नाही. आया-बहिणी त्यांना असतात की नाही कुणाच ठाऊक? आमच्या साऱ्या आया-बहिणींचा त्यांनी चोळामोळा करून टाकलाय. राजे हे सत्य फार कटू आहे. स्पष्ट बोलण्याबद्दल क्षमा असावी. एकदम सारे बोललो. राहवले नाही आम्हाला. आम्हीतरी ही व्यथा आपणाशिवाय कोणाला सांगणार?''

''स्वामी,'' शहाजीराजे भारावून जाऊन म्हणाले, ''ह्याच अमृतवाणीची आम्ही वाट पाहत होतो. आत्तापर्यंत असे स्पष्टपणे कोणीच काही बोलले नाही. आम्हास फार दिवसांपासून असे वेगळे वाटत आहे. पण इलाज होत नाही. आम्ही यवनांची चाकरी करतो. पण ती आमच्या मनाविरुद्ध आहे. भीमगडावर कित्येक रात्री आम्ही अशा वेगळ्या विचारात जागून काढल्या आहेत. आपली गाठभेट अगदी योग्य वेळी झाली. आपली हरकत नसेल, तर आपण जरा एकान्ती आत बसू. तोपर्यंत ही मंडळी बोलत बसतील. आपणास वेळ आहे ना?''

''जशी राजांची इच्छा'' रामदास तेथून उठत म्हणाले, ''आमच्या वेळेचा प्रश्नच येत नाही काही. खरे म्हणजे आपले स्वार येताक्षणीच आम्ही आपल्या छावणीत येणे आवश्यक होते. परंतु पुरश्चरणामुळे आम्हाला येथून हलता येत नाही. आपणाला इकडे यावे लागले, ही गोष्ट आमच्या मनाला लागून राहिली आहे, राजे. आम्ही दिलगीर आहोत. क्षमा असावी. चलावे आत, पुष्कळ जागा आहे.''

रामदास व राजे शहाजी आत गेले!

गोपीनाथाने त्या ठिकाणी अगोदरच आसनांची व्यवस्था करून ठेवली होती!

* * *

राजे शहाजी व रामदास गुहेत जाताच काही मंडळी निघून गेली. पाटलांना व गोपीनाथाला मात्र उठता येत नव्हते. राजांचे स्वार पलीकडे विसावले होते.

प्रत्येकाला आश्चर्य वाटले. राजे आता स्वामींशी आत काय बोलणार? आत का गेले? येथे बोलता येत नव्हते का? हा मुलूख भोसल्यांचा होता. त्यामुळे भीती कसलीच नव्हती. म्हणून रामदास स्पष्टपणे बोलले. राजांची परीक्षा त्यांनी अचूकपणे केली.

उजळ, पण करारी चेहरा. भव्य नीटस कपाळ. त्यावर रेखीव गंध. राजाला शोभेल असा, पण साधा पोषाख. राजांचे हे लोभस रूप स्वामींच्या मनात ठसले. राजे वेगळ्या विचारांनी भारून गेले आहेत, हे त्यांनी हेरले होते.

आत गुहेत गेल्यावर हवा-पाण्याच्या गप्पा संपल्या. राजे एकदम वेगळ्या विषयावर बोलू लागले. स्वामींना भीमगडावर येण्याचा आग्रह ते करीत होते.

"राजे," रामदास नम्रपणे म्हणाले, "आपण इतक्या प्रेमाने बोलावीत आहात, तेव्हा जरूर आले पाहिजे. पण पुरश्चरणामुळे मला तूर्ततरी कुठेही हलता येत नाही."

"हे केव्हा संपणार?"

"पुढील वर्षी"

"मग नंतर तरी जमेल का?"

"हे श्रीरामाच्या आज्ञेवर अवलंबून आहे." रामदास म्हणाले, "आपणासारख्यांच्या गहन विषयात आम्हाला काय समजणार? हातात झोळी घेऊन हिंडणारा मी एक साधा रामसेवक. मी एवढेच सांगीन आपणाला, की दीन-दुबळ्यांसाठी आपल्या जहागिरीत आपण काहीतरी करावे. त्यांचे अश्रू पुसा. दोनवेळ सुखाने खाता येईल अशी व्यवस्था करा. ते कष्ट जरूर करतील."

"जशी आपली इच्छा." शहाजी राजे म्हणाले, "अगदी आटोकाट प्रयत्न करू आम्ही. पण त्यासाठी आपला आशीर्वाद हवाय."

"राजे," रामदास म्हणाले, "श्रीरामाचा आशीर्वाद आपणास निश्चित आहे. यवनी सत्तेला आव्हान देण्याचा प्रयत्न आपण जरूर करावा. तो कोदंडधारी आपणाला दिशा दाखवील. इमानी माणसे जरूर गोळा करा. जिवाला जीव लावा त्यांच्या. चाराचे सोळा लगेच होतील. म्लेंछांना प्रतिकार कोणी करीत नाही, म्हणून ते माजलेत. त्यांचा काटा काट्यानेच काढा."

"स्वामी," राजे आनंदाने म्हणाले, "हेही सारे होईल. पण दैवाची साथ मिळेल ना?"

"दैवावर हवाला ठेवू नका, राजे." रामदास परखडपणे म्हणाले, "मनगटावर विश्वास ठेवा तुमच्या. पराक्रमापाठोपाठ दैव तुमच्यामागे धावत येईल. काळ तुम्हाला अनुकूल आहे. तुम्ही पराक्रमी आहात. त्याचा फायदा घ्या. म्लेंछांना हाकलण्याचे श्रेय आपणास निश्चित मिळावे, अशी मी श्रीरामाला रोज प्रार्थना करीन, राजे!"

"स्वामी," राजे समाधानाने म्हणाले, "आम्ही अगदी धन्य झालो आहोत. ज्या हेतूने आम्ही आपणाकडे आलो, तो पूर्ण झालाय. आपल्या श्रीरामाचा आशीर्वाद आम्हाला मिळाला. ह्या बिकट वाटेत तो उपयोगी पडणार आहे. आता फक्त एकच मागणे आहे."

"अवश्य सांगावे."

"आपणासाठी आणलेल्या साऱ्या वस्तू आपण परत केल्या आहेत."

"आम्हाला त्यांचा काहीही उपयोग नाही राजे."

"मग आपणासाठी आम्ही काय करावे?"

"सांगू?"

"बोलावे."

"नक्की करणार?"

"निश्चित."

"मग एकच करावे." स्वामी हात जोडोन म्हणाले, "राजे, आपणास जे काही मागायचे आहे, ते श्रीरामाला सांगा. आमची चिंता करू नका. तो रामच आम्हाला सारे देतो. आपल्या जहागिरीत राहतो. आपणालाही तो अवश्य देईल. जोपर्यंत नाशकात आहोत तोपर्यंत रोज श्रीरामाचे दर्शन घ्या, एवढेच मागणे आहे आमचे."

राजे शहाजी ह्या जगावेगळ्या गोसाव्याकडे पाहतच राहिले!

* * *

"लई वाडूळ बसलुया." दाजीबा म्हणाले, "किती येळ? म्हटलं वाटबीट चुकलंय का?"

"उद्धवदेखील वाट चुकत नाही." रामदास हसून म्हणाले, "आई-वडिलांचा डोळा चुकवून तो एकटा येतोच की! काय विशेष?"

"इशेषच हाये. म्हणून तर आलुया" कासंडीतील उसाचा रस भांड्यात ओतीत पाटील म्हणाले, "ह्यो घ्या रस. ताजा हाय."

उसाच्या रसाला स्वामी नाही म्हणत नसत, हे त्यांना माहीत होते. गाडग्यातील दहीदेखील त्यांना आवडायचे. स्वामींनी रस घेताच ते लगेचच गेले.

नाशकाहून येण्यास अलीकडे त्यांना उशीर व्हायचा. शास्त्रीबुवांकडील अध्ययन पूर्ण होत आले होते. त्यांनी दिलेले लिखाणही स्वामींनी लिहून दिले होते. ग्रंथ तर वाचून झाले. वनस्पतींची माहिती मिळाली होती. संगीतसाधनाही पूर्ण झाली होती.

शास्त्रीबुवांनी त्यांना कीर्तन चालू करण्याचे सुचविले होते. त्याप्रमाणे त्यांनी रामाच्या देवळात तशी व्यवस्था केली होती. स्वामींच्या कीर्तनाला गर्दी होऊ लागली होती. त्यामुळेही त्यांना उशीर होऊ लागला.

तेजस्वी मूर्ती, प्रेमळ दृष्टी, मधुर वाणी, गोड कविता, खडा आवाज, निस्सीम रामभक्ती व प्रचितीचे बोलणे त्यामुळे नाशिककरांना त्यांनी जिंकले!

चिंतामणशास्त्री धन्य झाले.

* * *

"कोण आहात तुम्ही?"

"आम्ही तीर्थयात्रेहून आलो आहोत."

"कोठून आलात?"

"काशीहून."

"माझा नारायण दिसला का कोठे?"

"नाही."

"अयोध्येला गेला होता?"

"होय."

"त्या रामाजवळ माझा पोर पाहिला का?"

"कोण?"

"नारायण."

"केवढा आहे?"

"आहे की त्या माधवाएवढा!"

हा नारायण कोण? माधव कोण? ही आंधळी म्हातारी कोण? त्या बिचाऱ्या यात्रेकरूंना काही कळायचे नाही. ही म्हातारी मारुतीच्या देवळात असायची. माणसाची चाहूल लागली की एकसारखे प्रश्न विचारायची.

जांबेचे लोक तिला ओळखीत. त्यांना सुरुवातीला फार वाईट वाटायचे. पण आता हे रोजचेच होते. दहा-बारा वर्षे झाली होती.

नारायणऽ नाऽरबाऽ! असा टाहो फोडीत अखंड रडत बसलेल्या राणाऊंचे डोळे अखेर गेले. त्या आंधळ्या झाल्या. त्यांना दुसरे-तिसरे काहीही नको होते. त्यांना हवा होता, फक्त त्यांचा नारायण.

त्या आंधळ्या झाल्या, तरी साऱ्या जांबेत फिरत. नारायणाला हाका मारीत. श्रेष्ठांचे रामजी किंवा शामजी आपल्या आज्जीला घरी आणीत. त्यांना रोजचे हे कामच झाले होते. त्यात खंड नसायचा. रामजी व शामजी या पुतण्यांनी त्यांच्या जगावेगळ्या या चुलत्याला पाहिलेही नव्हते!

रामाला त्यांची दया येत नव्हती.

* * *

त्याच श्रीरामाने राणाऊंच्या नारायणाला मात्र पुन्हा दर्शन दिले! त्याच्यासारखा कौल दिला.

रामनवमीचा उत्सव नेहमीप्रमाणे थाटामाटात साजरा केला. रामदासांच्या निरूपणाला प्रचंड गर्दी जमली होती. तेज:पुंज असा हा रामभक्त भाविकांना

श्रीरामासंबंधी बरेच नवे काही सांगून गेला.

बारा वर्षे चाललेला पुरश्चरण व रामनामाचा जप अखेर संपला. तेरा कोटी पूर्ण झाले. एका फार मोठ्या दिव्यातून रामदास बाहेर पडले.

पुरश्चरण संपले!... पण त्यांना झोप येईना. बारा वर्षांची सवय! कोणताच नियम या वेळात मोडला नव्हता. शरीराला जेवढे म्हणून कष्ट द्यावयाचे, ते त्यांनी दिले होते. ते जमिनीवरच झोपत. अंथरूण-पांघरूण काहीही नसायचे! मग थंडी कितीही असो. जिभेचे कोणतेच लाड नव्हते.

आता पुढे काय?... पुढे काय...?

टाकळीत विनाकारण ते थांबणार नव्हते. प्रश्न होता उद्धवाचा. तो अलीकडे इकडेच राहण्यास आला होता. त्याचा पोषाखही त्यांच्यासारखाच. भगवी कफनी. गळ्यात रुद्राक्षाची माळ. छोटीशी कुबडी. जणू लहानगा नारायणच!

स्वामींनी त्याला सारे शिकविण्यास आरंभ केला होता. पण उद्धवाला बरोबर नेण्याइतका तो मोठा नव्हता. त्यांच्या मनात तीर्थयात्रेचे विचार येऊ लागले होते. सारा देश त्यांना पाहायचा होता. लोकस्थिती अनुभवायची होती. बहुजनसमाजात मिळूनमिसळून त्यांची दु:खे जवळून पाहायची होती.

रामाच्या आयोध्येची धूळ त्यांना कपाळी लावायची होती. ती रामनगरी त्यांना खुणावीत होती...त्यांना झोप येईना...जप चालू केला...!

. . . . . .ते उभे होते श्रीराममंदिरात. कोदंडधारी श्रीरामासमोर हात जोडले होते त्यांनी ... डोळे मिटलेले होते. ती तेजोधारी राममूर्ती त्यांच्याकडेच पाहत होती.....हसत होती गालांतल्या गालात...त्यांनी डोळे उघडताच ते दिपून गेले. प्रखर प्रकाशात धनुर्धारी श्रीराम त्यांच्याशी बोलत होता...

. . . .''नारायणा, तुला तीर्थयात्रेला जावयाचे आहे ना?''

''हो...ऽ हो ऽ जाईन म्हणतो...''

''मग अवश्य जा....लवकर नीघ... म्हणजे लवकर यात्रा पूर्ण होईल...''

''पण राजांचा आग्रह...''

''तीर्थयात्रेनंतर जा...तुझ्यासमोर आता एकच प्रश्न आहे. तीर्थयात्रा....''

तीर्थयात्रा... ती धीरगंभीर वाणी हळूहळू संपली... प्रखर प्रकाश कमी होत गेला...पण त्यांचे डोळे दिपून गेले होते...त्यांना काहीच दिसेना...दिसेना!

रामदास एकदम उठून इकडे-तिकडे पाहू लागले... सर्वत्र अंधारच अंधार होता... अजून पहाट व्हायची होती---!

ते गुहेतच होते. येथे येऊन श्रीरामाने त्यांना दर्शन दिले होते. आदेश दिला होता!

सदा सर्वदा देव सन्नीध आहे!!

* * *

सत्राणे उड्डाणे हुंकार वदनी ....
करि डळमळ भूमंडळ सिंधुजळ गगनी...

...
... रामी रामदासा शक्तीचा शोध!!

खडखडीत आवाजात उद्धव मारुतीची आरती करीत होता. दाजीबा, गोपीनाथ, हरबा जोरजोरात टाळ्या वाजवीत होते. उद्धवबरोबर म्हणण्याचा प्रयत्न करीत होते.

श्रीरामाने आदेश दिल्याबरोबर रामदासांनी तीर्थयात्रेला जाण्याचा निर्धार केला. कोठे जावयाचे, कसे जायचे, हे काहीच ठरविले नाही. कोणतेही काम घाईघाईने ते करीत नसत. ''स्वामी,'' नदीवर जाऊन आलेला गोपीनाथ म्हणाला, ''आज पुरश्चरण नाही?''

''गोनीनाथ'', रामदास गंभीरपणे म्हणाले, ''कालच बारा वर्षे पूर्ण झाली. पुरश्चरण व जपही संपला. मी आता नाशकास निघालो आहे.''

''का?''

''सहज.'' रामदास म्हणाले, ''तीर्थयात्रेला निघावे म्हणतो.''

''म्हणजे टाकळीत राहणार नाही?''

''नाही.''

''आम्ही येऊ बरोबर?''

''नको.''

''का?''

''केव्हा परत येऊ याचा काहीच नेम नाही.'' रामदास म्हणाले, ''त्यामुळे एकट्यानेच जाणे बरे.''

गोपीनाथने पुन्हा पुन्हा विचारले तरी स्वामी निर्णयाला पक्के राहिले. पुरश्चरणास स्वामी दिसत नाहीत म्हणून दाजीबा व हरबा आले. गोपीनाथाने त्यांना सारे सांगितले. सारेच रडू लागले!

भांबावलेला उद्धवही त्यात सामील झाला. हट्ट करीत असलेल्या उद्धवलाही ते बरोबर नेणार नव्हते. स्वामींनी त्याची समजूत घातली.

''मला निदान एक मारुती करून द्या.'' उद्धव म्हणाला, ''म्हणजे मला रोज पूजाअर्चा करता येईल.''

स्वामींनी ते कबूल केले. लगेचच ते त्या तयारीला लागले. हरबाकडून

गाईचे शेण आणवून त्याची मूर्ती केली. यथाशास्त्र लगेच प्राणप्रतिष्ठाही करून दिली. उद्धवाचे मस्तकी वरदहस्त ठेवून त्यास अनुग्रह दिला. तीर्थयात्रेहून परत येईपर्यंत मारुतीची पूजा करण्यास व माधुकरी मागून पुरश्चरण करण्यास त्यांनी उद्धवला सांगितले.

आता उद्धव त्या गुहेत राहून स्वामींसारखे सारे पार पाडणार होता.

जयजय रघुवीर समर्थ!

* * *

''नारायणा'', सद्गदित होऊन चिंतामणशास्त्री म्हणाले, ''तुझा इतका लळा लागलाय की आम्ही तुला विसरू शकणार नाही. तीर्थयात्रा यशस्वी करून आल्यावर नाशकाला येऊन जा....आम्ही वाट पाहू....''

शास्त्रीबुवांना वंदन करून स्वामी लगेच राममंदिरात आले. नाही म्हटले तरी शास्त्रीबुवांच्याकडे बराच वेळ गेला. ते भावनावश झाले होते. पण स्वामींना हे टाळायचे होते. म्हणूनच ते लगेच निघाले.

रात्रीच श्रीरामाने त्यांना गुहेत येऊन दर्शन दिले होते. गेली बारा वर्षे येथे रोज येण्याचा नियम त्यांनी पार पडला होता. पण आज...!

कितीतरी वेळ हात जोडोन ते उभेच होते. अनुदिनी अनुतापे तापलो असताना ह्या मोहमयी रुपड्याने त्यांना सावरले होते. अचपळ मनाला आवरले होते. त्यांचे तन-मन राघवमय झाले होते. त्यांचा वियोग आता सहन होणार नव्हता...

...तुझे रूपडे लोचनी म्या पहावे
तुझे गूण गाता मनासी रहावे
उठो आवडी भक्तिपंथेची जाता
रघुनायका मागणे हेचि आता...
...

एवढेच मागणे होते त्यांचे! किती आवरले, तरी त्यांना अश्रू रोखता आले नाहीत...!

* * *

जड अंत:करणाने ते कसेतरी टाकळीला परतले. त्यांची वाट पाहून उद्धवाने आरती करून घेतली होती. गोपीनाथ, दाजिबा व हरबा थांबलेच होते.

दाजिबांनी आटवलेले दूध व पुष्कळ फळे आणली होती. त्यांना आज

अंगत-पंगत करायची होती. स्वामी नाही म्हणाले नाहीत.

अंगत-पंगत चांगलीच रंगली. पण नंतर कुणीही झोपले नाही. बारा वर्षांतील साऱ्या आठवणी उजळून निघाल्या. अवघ्यांची अंत:करणे दाटोनिया आली होती. आता वियोग अटळ होता. उद्धवही जागला होता.

पहाट होण्यापूर्वीच स्वामींनी आपले सारे आन्हिक आवरले. गोदामातेचा निरोप घेतला. अवघ्यांचे कुशल चिंतिले. उद्धवाला शांत केले. निरोप घेतला.

स्वामी निघाले... पूर्वा लालमूलाल होऊ पाहत होती...

स्वामी निघाले -

एकदा मागे वळोनी पाहिले.

आसवे पुशिली...!!

पायात खडावा, अंगावर भगवी कफनी, काखेत कुबडी, एक हाती माळ, दुसऱ्या हाती कमंडलू, खांद्यावर झोळी व व्याघ्रासन.

काही न ठरविता स्वामी तीर्थयात्रेला निघाले. टाकळीला ते असेच आले होते.

वळणावरून त्यांनी मागे वळून पाहिले. गोपीनाथ उद्धवाचे डोळे पुशीत होता.

इतके जवळ त्र्यंबकेश्वरी त्यांचे जाणे झालेच नव्हते. वेळच नव्हता. म्हणून अगोदर त्यांची पाऊले तिकडे वळली. सारा परिसर फारच मनोहारी होता.

त्र्यंबकेश्वराचे दर्शन घेऊन प्रसन्न मनाने त्यांची पाऊले सप्तशृंगीच्या डोंगराकडे वळली. साडेतीन पीठांतील ह्या देवीचे स्थान वेगळेचि होते. सह्याद्रीचे घनदाट डोंगर पसरले होते सर्वत्र.

देवीचे माहात्म्य त्यांना माहीत होते. गिरिजा नदीच्या परिसरातील सप्तशृंग गड ते आता चढत होते. ह्या गडावर इंद्राणी, कार्तिकेयी, वाराही, वैष्णवी, शिवा, चामुंडा व नारसिंही अशा सप्तदेवतांचे वास्तव्य आहे.

असुरांचा संहार करून याच गडावर महाकाली, महालक्ष्मी व महासरस्वतीचे त्रिगुणात्मक ॐकार रूप घेऊन अर्धपीठ समजलेली सप्तशृंगीनिवासिनी देवी जागृत आहे.

देवीचे दर्शन अगदी प्रसन्न वातावरणात झाले. पुष्कळ गर्दी होती भाविकांची. त्यातून शुक्रवार होता.

दर्शन होताच स्वामी गडावर हिंडून आले. सर्वत्र दाट झाडी पसरलेली होती. पलीकडे एक पांढऱ्या चाफ्याचे झाड बहरलेले होते. त्याचा मंद सुवास दरवळत होता. स्वामी त्या झाडाखाली जरा विसावले.

त्या गडावरील त्या सप्तमातृका पाहून त्यांना काव्य सुचले...डोळे मिटून गंभीर आवाजात ते मोठ्याने म्हणू लागले...!

* * *

''स्वामी,... मला आशीर्वाद द्या''

स्वामींची भावसमाधी एकदम भंगली. डोळ्यांसमोरील त्या सप्तमातृका एकदम नाहीशा झाल्या. एक तेजस्वी अनोळखी तरुण त्यांच्यासमोर उभा होता. त्याने काहीतरी तपश्चर्या निश्चित केली असावी.

''कोण तू?''

''मी एक उपासक''

''कुणाचा?''

''देवीचा!''

''नाव काय तुझे?''

''जयराम.''

''कोठून आलास?''

''पंढरीहून.''

''मूळ गाव कोणते?''

''मांडवगण.''

''येथे कशासाठी आलास?''

''देवीच्या उपासनेसाठी.''

स्वामींनी त्याची सारी माहिती काढून घेतली. त्याच्या वडिलांचे नाव भिकाजीपंत व आईचे कृष्णाबाई होते. मांडवगणचे ते कुलकर्णी होते. वडील अकाली वारल्यामुळे आई त्याला घेऊन पंढरपूरला आली. तेथे महाद्वारी त्याची मुंज लावली. मुंजीनंतर काही दिवसांतच आईही गेली!

लहानगा जयराम माधुकरी मागून धारूरकरशास्त्रींकडे शिकू लागला. देवळातही विठ्ठलाची सेवा करू लागला. शास्त्रीबुवांनी जयरामला कीर्तन करण्यासदेखील शिकवले. देवळात तो कीर्तन करू लागला.

एकदा नवरात्रात देवीस्तोत्र वाचत असताना सप्तशृंगीने त्याला दर्शन दिले. त्याला गडावर बोलविले. तेव्हापासून तो तेथेच होता. देवीची नित्य उपासना करीत होता.

''आपण कोण आहात, स्वामी?'' जयराम वंदन करीत म्हणाला. ''ह्या पामरास समजले, तर उपकार होतील.''

''मी एक रामसेवक आहे'' स्वामी हसून म्हणाले, ''तीर्थयात्रेला निघालो आहे. तुला पाहताच जवळीक निर्माण झाली. येथे किती दिवस आहेस?''

''देवीच्या आदेशाची वाट पाहतोय.''

''पुढे काय करणार?''

"अजून काहीच ठरविले नाही."

"तीर्थयात्रेचा काही विचार?"

"हे सारे संपल्यावर पाहू."

"अवश्य जा तीर्थयात्रेला." स्वामी म्हणाले, "त्याशिवाय तुला समाजाचे खरे दर्शन होणार नाही. मला निश्चित तू कोठेतरी भेटशील."

"अवश्य भेटीन." जयराम आनंदून म्हणाला.

"प्रत्येक ठिकाणी मी शोध घेईन तुमचा."

वंदन करून तो देवळाकडे गेला.

स्वामींनी पुढील वाटचाल चालू केली! त्यांना दिसू लागली होती गंगामैया! हर हर गंगे भागीरथी!

* * *

सप्तशृंगीच्या परिसरापासून तापी-तीरापर्यंत स्वामी आले, तरी जयराम त्यांच्या डोळ्यांसमोरून हालत नव्हता. अशा हजारो जयरामांची गरज आहे, असे त्यांना एकसारखे वाटत होते.

वाटेत नाना प्रकारची माणसे भेटत. यात्रेकरूंचे तांडेच्या तांडे. म्लेंछांचा उपद्रव सर्वत्र होता. लुटालूट होती. अडवणूक तर ठायी-ठायी होती. स्वामींनाही सामना करावा लागे. ते कुणाची तमा बाळगत नसत. त्यांचे एकूण स्वरूप पाहून सारे खान त्यांना बिचकत.

वाटेतील डोंगराळ भागांतून कितीतरी भिल्लांच्या किंवा रानटी लोकांच्या टोळ्यांतून त्यांना राहावे लागले. त्यांची प्रवृत्ती चांगली नसायची. यात्रेकरूंना ठार मारून ते लुटालूट करीत.

अशाच एका सराईत लुटारू लोंकाच्यात ते काही दिवस राहिले. अनेक उदाहरणे देऊन त्यांना टोळी-प्रमुखाशी रोज बोलू लागले. त्यांचे काय चुकते हेही समजावून सांगू लागले. त्यासाठी दुसरे काय करायचे हेही त्यांनी सांगितले. अखेर त्या टोळीप्रमुखाला चूक कळून चुकली. वाल्मीकीची गोष्ट त्यांनी पुन्हा-पुन्हा सांगितली.

"मग आम्ही काय करावे, स्वामी?"

"रामनाम घ्या"

"म्हणजे काय होईल?"

"तुम्हाला चांगले विचार सुचतील."

"आमच्या पोटाची सोय काय?"

"त्यासाठी श्रीराम समर्थ आहे."

स्वामींनी त्यांना श्रीरामाचे समर्थ मंदिर बांधण्यास लावले. साऱ्या लोकांनी ते लवकरच पूर्ण केले. त्यांनी एका लुटलेल्या गाडीतील मूर्ती एका झाडाखाली होत्या.

त्यांची प्राणप्रतिष्ठा करून त्या टोळीप्रमुखाला त्यांनी मुख्य पुजारी केले! रोज पूजा सूरू झाली.

त्या टोळीप्रमुखाला स्वामींनी त्या भागातील औषधी वनस्पतींची माहिती करून दिली. गावोगावच्या वैद्यांना त्या हव्या असत. भरपूर लोकांना काम मिळू लागले. त्यांचा चरितार्थ चालू झाला!

स्वामींना आता नर्मदास्नानाची ओढ निर्माण झाली...!

* * *

मुर्तुझाखानाच्या अंगाची अगदी लाही झाली! दिसेल त्या काफराला ठार मारण्याचे हुकूम त्याने दिले.

नर्मदेच्या अलीकडे एक शिवमंदिर पाडून त्या जागी मशिदीचे बांधकाम काफराकडून चालू केले होते. खान गावाला गेल्याची संधी पाहून सारे काफर मजूर रात्रीत पळून गेले होते!

भिल्लांच्या वस्तीत राममंदिर बांधून स्वामी मुक्कामाला राहिले. देवतेचे दर्शन घेतले. एका कोपऱ्यात ते विसावले. आसपास बरेच प्रवासी होते.

''नवीन दिसता या भागात.'' खांडव्याचा एक व्यापारी म्हणाला,''कुणीकडून आलात?''

''नाशकाहून'', स्वामी म्हणाले, ''आपण कुणीकडे निघालात?''

''मी व्यापारी आहे मसाल्यांचा.'' तो म्हणाला,

''सारखाच प्रवास चालू असतो, मागणी पुष्कळ असते.''

''यवनांनाच लागत असेल.''

''हो.''

''मग गायीही पुरवा की त्यांना,'' स्वामी रागाने म्हणाले, ''म्हणजे त्यांची चांगली सोय होईल.''

''हा धंदा आहे.'' तो व्यापारी म्हणाला, ''माल कोण घेतात, हे पाहण्याचे कारण काय?''

''पाहिले पाहिजे'' शेजारी झोपलेला एकजण उठून बसत म्हणाला, ''गायी खाणाऱ्यांना तो मुळीच विकू नये?''

''कोण आहात आपण?''

''मी पंढरपूरचा चिमणाजी कुलकर्णी.'' तो म्हणाला,''काशीला निघालोय.''

स्वामी व चिमणाजींनी त्या मसाल्याच्या व्यापाऱ्याला शेवटी चूक कबूल करण्यास लावली. ''स्वामी, मी चुकलो, मला क्षमा करा.'' तो म्हणाला, ''मी दुसरे काय करू, हे सांगा!''

''नाव काय तुझे?''

''गिरिधर.''

''नाव छान आहे तुझे.'' स्वामी प्रसन्नतेने म्हणाले, ''खांडव्याच्या जवळ आजूबाजूला मठाची स्थापना कर. तू त्याचा प्रमुख राहशील. रामाची मूर्ती तेथे स्थापून रामकथा लोकांना सांग.''

गिरिधराने ते कबूल करताच स्वामींनी त्याला पुष्कळ सूचना दिल्या. बादशाही यंत्रणेपासून दूर राहून आपले कार्य पूर्ण कसे करावे, याची योजना सांगितली!

त्या दिवशी रात्री त्यांच्या मनात सारखे मठस्थापनेचेच विचार येत होते. मठांची व महंतांची सर्वत्र गरज होती. लोकांना धर्म कळायला हवा होता. ते कार्य गुप्ततेने करणे भाग होते. सर्व महत्त्वाच्या ठिकाणी, पण आडबाजूला त्यांनी मठस्थापना करण्याचे ठरविले.

भल्या पहाटे ते निघाले. चिमणाजीही निघाला. तो आता त्यांच्या बरोबर राहणार होता. स्वामींनाही सोबत झाली.

नर्मदेच्या अलीकडे त्यांना एका मशिदीचे बांधकाम चालू असल्याचे दिसले! स्वामींनी सारी हकिकत प्रवासात काढून घेतली.

नर्मदेच्या पुढे एका आडगावी त्यांचा मुक्काम पडला. ते विष्णुमंदिर होते. मूर्ती देखणी होती. तेथे थोडे दिवस राहण्याचे त्यांनी ठरविले. चिमणाजी प्रगत विचारांचा होता. त्याला नाना प्रश्न विचारून स्वामींनी त्याचा स्वभावधर्म ओळखला होता.

दुसऱ्या दिवशी गावचा मुखिया रामकिशन दर्शनाला आला. स्वामींना पाहताच तो थांबला. त्याचा परिचय वाढला. नर्मदेच्या पलीकडील शिवमंदिराची माहिती त्यालाही होती. त्याने स्वामींना आणखी माहिती सांगितली.

स्वामींनी रामकिशनला विश्वासात घेऊन एक योजना सांगितली! खान अनायासे तेथे नव्हता.

मुसलमान पहारेकऱ्यांची नजर चुकवून एका रात्रीत सारे हिंदू मजूर त्याने पळवून लावले!

सकाळ होताच सर्वत्र शोधाशोध चालू झाली. एकही काफर सापडला नाही!

खानाला ही वार्ता समजल्यावर तो फार संतापला. दिसेल त्याला ठार करण्यास सांगितले.

माणसे शोधण्यासाठी रामकिशन लगेच खानाला मदत करू लागला होता!

* * *

स्वामींचे वेगळेपण चिमणाजीला केव्हाच कळून समजले. राममय झालेल्या ह्या जगावेगळ्या तपस्व्याबरोबर आपल्याला काशीयात्रा घडतेय, हा अपूर्व योगायोग होता. त्यांचे विचार अत्यंत वेगळे होते. "स्वामी", विसाव्यासाठी दुपारी एका झाडाखाली थांबले असताना चिमणाजी म्हणाला, "आता काशी दूर नाही. आपल्यासमवेत चालण्याचा योग पुन्हा येणार नाही."

"कुणी सांगावे पुढचे?" स्वामी हसून म्हणाले, "जीवन हे असेच योगायोगांनी भरलेले असते. मोगल सत्तेचे असेच आहे. तिला प्रतिकार करीत राहणे गरजेचे आहे. दोरखंड एकदम तुटत नसते. ते घासून घासून जीर्ण करावे लागते. मोगलांचे असेच आहे."

"हे कोण करणार?"

"श्रीराम." स्वामी म्हणाले, "सेतू बांधताना त्या खारोटीचाही उपयोग झाला होता. ही सद्बुद्धी फक्त श्रीरामच प्रत्येकाला देईल."

तेवढ्यात तीन-चार पांथस्थ त्याच ठिकाणी सावलीखाली बसले. त्यांचा पेहराव मुसलमानी होता. ते बुंदेली भाषेत बोलत होते. स्वामींना हा भाषा माहिती झाली होती. अखेर स्वामींनी खोदून-खोदून विचारणा केल्यावर त्यांनी सारे सांगितले.

ते हिंदू होते. त्यांना बाटविले होते. बुंदेली भागात औरंगजेबाने धुमाकूळ घातला होता. हिंदूंचे प्रचंड हत्याकांड तर केलेच; पण हजारोंना बाटविले. सुंदर स्त्रियांना पळवून बादशाही जनानखान्यात नेले. अत्याचार केले. काहीही शिल्लक ठेवले नाही.

"महाराज," त्यातील एक म्हणाला" आमची कथा दुर्दैवी आहे. आमची एक विनंती आहे. करू का?"

"अवश्य."

"आपण थोर साधू आहात." दुसरा म्हणाला,

"आम्हाला पुन्हा हिंदू करून घ्या. एवढे उपकार करा आमच्यावर."

"हे उपकार नाहीत." स्वामी निर्धाराने म्हणाले, "हे कर्तव्य आहे माझे. अवश्य तुम्ही हिंदू होणार. नंतर इतरांनाही करून घ्या."

"आमचे कसे जमविता?"

"काही अंतर ठेवून तुम्ही सारे आमच्याबरोबर काशीला चला." स्वामी म्हणाले, "कुणालाही शंका येऊ नये. तेथे जाताच तुमचे काम अवश्य होईल."

"फार उपकार होतील."

"नको म्हटले तरी आम्ही हे म्हणणारच."

"म्हणणार असाल तर मग रामाचे नाव घ्या."

ते प्रवासी स्वामींकडे पाहतच राहिले.

* * *

थोड्याच वेळात स्वामी व चिमणाजी निघाले. सायंकाळी मुक्कामाचे पाहावे लागणार होते. ते बुंदेली त्यांच्या पाठोपाठ होतेच.

समोरच टेकडीवर एक गाव दिसू लागले. तेथे थांबणे भाग होते. जरा पुढे जाताच पलीकडे एक शिखर दिसले. जवळ येताच ते सुखावले. मंदिर देवीचे होते. त्या गावचे ग्रामदैवत. मूर्ती अत्यंत रेखीव होती. पुष्कळ प्रवासी मुक्कामाला होते. मंदिराबाहेर पलीकडे ते मुसलमानही थांबले.

चिमणाजी लगेच झोपला. पण स्वामींना झोप येईना. सारख्या जांबेच्या व प्रामुख्याने पंतांच्या आठवणी दाटून आल्या होत्या. पंतांचा सहवास त्यांना फार लाभला नव्हता. पण ते विलक्षण प्रेमळ होते. बोलून दाखवीत नसत; पण राणाऊंजवळ सांगत. नारायणाने अनेक वेळा ऐकले होते!

स्वामींनी एखादा दिवस तेथे राहण्याचे ठरविले. गाव चांगले होते. सकाळपासून बरीच गर्दी दर्शनाला वाढू लागली. नाशकात असताना तेथे हिंदी बोलणारे पुष्कळ भाविक रामदर्शनाला यायचे. त्यामुळे स्वामींना मोडके-तोडके हिंदी येऊ लागले होते. आता तर प्रवासात प्रामुख्याने हिंदीच बोलावे लागत होते. चिमणाजी बोलू शकत नव्हता.

स्वामींनी मान्य केले. रात्री ते प्रवचनाला उभे राहिले. मंदिराबाहेर गर्दी झाली. मंदिर तर पूर्ण भरले होते. प्रवचन इतके रंगले, की त्यांना वेळेचे भानच राहिले नाही. मध्यरात्र केव्हाच उलटून गेली होती. रामदास सांगत होते. लोक ऐकीत होते. असा प्रवचनकार ते प्रथमच पाहत होते. श्रीरामाच्या कथेने भाविक भारून गेले. हिंदू धर्म आज त्यांना नव्याने समजला.

प्रवचनानंतर चमनलाल थांबला. त्याला स्वामींनी गावापासून थोडे दूर आडवळणी श्रीराममंदिर बांधण्यास सांगताच त्याने ते आनंदाने कबूल केले. या परिसरात राममंदिर नव्हतेच. रामनवमीचा उत्सवही तो करणार होता!

नेहमीप्रमाणे पहाटेपूर्वीच स्वामींनी गाव सोडले!

ते मुसलमान पुढे जाऊन थांबले होते!

* * *

नवीन वाट फार खडकाळ होती. फार जपून चालावे लागत होते. एका उंच डोंगरकड्यावरून पाणी खाली कोसळत होते. हिरवीगार झाडी व सर्वत्र हिरवळ. परिसर फारच रमणीय होता.

एका आंब्याच्या डेरेदार झाडाखाली विसावा घेतला. त्यांना काव्य सुचत होते....

पर्वती उदकापाशी

सन्निधचि एकीकडे

फार येकांत सेवावा

अभ्यास नित्य नूतनु!

''स्वामी'' स्वामींच्या येकांताच्या भंग करीत चिमणाजी म्हणाला, ''फार थकला आहात. विश्रांती हवीय तुम्हाला. झोप तर मिळालीच नाही त्या गावात.''

''मला टाकळीत तरी कुठे झोप मिळत होती?'' रामदास म्हणाले, ''त्याची सवय झाली मला. कशाचे काहीच वाटत नाही. कळत नव्हते तेव्हाच घर सोडले मी. मायापाश तोडले. तू प्रापंचिक आहेस. तुला सवय नाही असली. तू आपला लवकर घरी जा.''

''स्वामी, मला तोडू नका. ''चिमणाजी म्हणाल,'' मला आता परत जावेसे वाटत नाही. तुमचा अधिकसहवास हवाय मला.''

तेवढ्यात काशीयात्रेहून परत येणारी कोल्हारपूरकडील काही भाविक मंडळी तेथे आली बोलकी होती. बऱ्याच गप्पा झाल्या. स्वामी उठले.

''थांबा जरा'', पांडबा म्हणाला, ''आम्ही पंढरीचे वारकरी आहोत. आज एकादशी आहे. आम्ही भरपूर फळे आणलीत. आपल्याला आता फराळ करायचाय. महाराज, थांबा जरा.''

फराळ व्यवस्थित झाला. फळे वेगळ्या चवीची होती. केळी फारच छान वाटली. ''पिराजी'', फराळानंतर स्वामी म्हणाले, ''आपण कोल्हापूरला गेला म्हणजे अंबामातेला नमस्कार सांगा आमचा. आईच्या दर्शनाला यायची फार इच्छा आहे. केव्हा जमेल तेव्हा येऊ.''

''आला म्हणजे आमच्याकडे या.'' पिराजी म्हणाला, ''देवळापलीकडेच शेलार आळी आहे.''

''नक्की येऊ.''

लगेचच सारी मंडळी निघाली. फार दिवसांनी मराठी माणसे भेटली. फार प्रेमळ होती. पुन्हा पुन्हा मागे वळून पाहत होती. स्वामी हात हलवीत होते.

तेवढ्यात खालून घोड्यांच्या टापांचा आवाज आला. बादशाही शिपाई असतील. काही उपद्रव नको म्हणून स्वामी व चिमणाजी झाडावर उंच जाऊन बसले!

थोड्याच वेळात बरीच फौज वेगाने गेली.

त्यांना चिंता वाटू लागली, त्या कोल्हापूरच्या मंडळींची. त्यांचे काय होईल! आई अंबाईला त्यांची काळजी!

आता लवकर निघणे आवश्यक होते. स्वामींनी घाई केली. काशीची चाहूल हळूहळू लागली. प्रवासी वाढू लागले. वेगळे पोषाख व वेगळी भाषा ऐकू येऊ लागली. सारे निघाले होते; पण काशीला! देव एकच. धर्म तोच.

डोंगराळ भाग वाढू लागला. गावे तशी जवळ जवळ होती. परंतु डोंगरात लपलेली. थोडे पुढे जाताच एक खेडे दिसू लागले.

जवळच एक बऱ्यापैकी देऊळ होते. ते आत गेले. ते महादेवाचे होते. बांधणी जरी जुनाट होती, तरी जागा भरपूर होती. गर्दी तशी कमीच होती. त्यांनी एक कोपरा गाठला. रात्रीची सोय झाली.

पहाट होताच महादेवाचे दर्शन घेऊन ते पुढे निघाले. थोडी शेती दिसली. कडेलाच चार जणांना मारलेले दिसत होते. कुणाला हात नव्हते तर कुणाला पाय! दोघांची मुंडकी उडवलेली होती! ती दूरवर पडली होती. घरे उघडी पडली होती. बायका पळवून नेल्या असाव्यात!

काल जी फौज वेगाने निघून गेली, तिचा हा प्रताप असावा. कशाचीही शाश्वती राहिली नव्हती. मानवी जीवन मातीमोल झाले होते. मरताना त्यांच्या तोंडात पाणीही पडत नव्हते! मुंडके तोडले तर हा प्रश्नही येत नव्हता!

स्वामींना काही सुचेना. दास फिरे उदास. हा हाहाकार त्यांना सहन होत नव्हता. हा भाग औरंगजेबाच्या ताब्यात होता.

काहीही न बोलता स्वामी पुढे निघाले. चिमणाजीही गप्प राहिला. स्वामींच्या मनात काय चालले आहे हे त्याने ओळखले. तो गप्प बसायचा. नुसता चालायचा.

"नव्हे धीर नयनी सदा नीर लोटे
उदासीन हा काळ कोठे न कंठे"...

--- स्वामींची ही परिस्थिती तो ओळखून असायचा.

पुढे डोंगरांची लांबलचक रांग लागली. गर्दीही होती. दूरवर एक गाव असावे. हिरवेही दिसत होते.

वाटेच्या पलीकडे एका शेतात विहीर चालू होती. केव्हाची तहान लागली होती. जवळ पाणीही नव्हते.

चिमणाजी पाण्यासंबंधी बोलताच रामदास तिकडे वळले. विहीर जवळच होती. त्या दोघांना पाहताच त्या शेतकऱ्याचा लहान मुलगा पुढे झाला. पाणी आणले. दोघेही पाणी प्याले. बरोबर घेतले.

"नाव रे काय तुझे?'' स्वामींनी विचारले.

"गोकुळप्रसाद.''

"वा! छान आहे नाव!''

तेवढ्यात त्याचे वडीलही आले पळत. ते जरा दूरवर गवत कापीत होते.

"बसा की, महाराज.'' तो म्हणाला, "कुणीकडून आलात?''

"नाशकाहून.''

"बऱ्याच लांबून आलात.''

"नाव काय तुमचे?''

"हरीप्रसाद.''

"छान.'' स्वामी म्हणाले, "बाप-लेकांची नावे मोठी मनोहारी आहेत.''

"महाराज,'' हरीप्रसाद म्हणाला. "मागे केळीची बाग आहे. घरात तयार केळी आहेत. आता तसे जायचे नाही. थांबा, मी आणतो.''

स्वामी थांबले. केळी फारच चांगली होती. फार दिवसांनी अशी सोनकेळी मिळाली.

"आता दूध आणतो गरम करून.'' हरी म्हणाला.

"गोकुळची आई असेल की.'' स्वामी म्हणाले, "तिला सांगा आणायला.''

हरी व गोकुळ दोघेही एकदम गप्प बसले. गोकुळ रडू लागला. हरीने मग खरी हकिकत सांगितली. गोकुळ सहा महिन्यांचा असतानाच त्याच्या आईला पळवून नेले होते.

स्वामींना फार वाईट वाटले. आपण उगाचच हा विषय काढला, असे त्यांना वाटले. त्यांनी बराच वेळ त्यांची समजूत काढली.

हरीने त्यांना सोडले नाही. मुक्काम करायला लावला. तेथून पुढे गाव जवळच होते. तेथील यात्रा जवळ आली होती.

स्वामी थांबले ते चांगलेच झाले. रात्री मुसळधार पाऊस पडला!

रामदासांना गोकुळच्या आईची कहाणी बोचत होती!

* * *

जड अंत:करणाने हरीने त्या दोघांना निरोप दिला. गोकुळने त्याला लवकर उठविण्यास सांगितले होते. ते दोघेजण दूर जाईपर्यंत ते पाहत राहिले. एका रात्रीच्या पाहुण्यांनी विलक्षण ओढ लावली त्यांना.

दुसरे गाव केव्हा आले, हे समजलेही नाही त्यांना. गर्दी पुष्कळ होती. परंतु भीतीचे सावट होते. गावाच्या अलीकडे पुष्कळ लोक थांबले होते. चिमणाजीने

डोकावून पाहिले.

माकडवाला माकडांचे खेळ दाखवीत होता. नवरा व बायको अशी दोन माकडे होती. त्यांना रंगीबेरंगी पोषाख घातलेली होते. माकडवाला सांगेल तसा अभिनय ते करीत. नवरा झालेला माकड त्याच्या बायकोला ती ऐकत नाही म्हणून काठीने मारू लागताच लोकांनी टाळ्या वाजविल्या! पुन्हा पुन्हा हेच चालू होते.

स्वामी व चिमणाजी पुढे निघाले. स्वामींना उगाचच हसू आले! ह्या खेळातही जीवनाची दुर्दशा चालू होती!

जरा पुढे जाताच गावाला जत्रेचे स्वरूप आलेले दिसले. पुष्कळ दुकाने भरलेली होती. खेळणी व पाळणेही होते. ग्रामदेवतेचे मंदिर मोठे होते. त्यांनी बाहेरूनच देवतेला वंदन केले.

ते पुढे निघाले. वाट डोंगरातून होती. त्याला वळसा घालून पुढे जावे लागणार होते. दोन्ही बाजूंना भरपूर वनस्पती दिसत होत्या. त्यातील काही स्वामींनी घेतल्या. पलीकडे सपाट भाग होता. तेथे एक देऊळ होते. ते जवळ गेले.

मंदिर महादेवाचे होते. प्रशस्त होते. दर्शन घेतल्यावर ते पुढे निघणार, तोच पलीकडे कोपऱ्यात पोथी वाचत बसलेला एक भाविक एकदम उठून आला. त्याचा चेहरा प्रसन्न होता. तो पाया पडताच त्याला स्वामींनी आशीर्वाद देऊन उठविले.

''महाराज, मी सांगलीजवळील ब्रह्मनाळचा.'' तो तरुण म्हणाला, ''माझे नाव आनंदमूर्ती. आपण मराठी बोलताना दिसल्यामुळे मी आलो व आपला आशीर्वाद घेतला.''

''छान.'' स्वामी म्हणाले, ''ह्या भागात तू भेटल्यामुळे समाधान वाटले.''

नंतर त्या दोघांचे पुष्कळ बोलणे झाले. मुक्कामाला पुढे जवळ जागा नसल्याचे त्याने सांगितल्यामुळे तेथेच मुक्काम करण्याचे ठरले. तोही आजची रात्र राहणार होता. आनंदमूर्ती काशीहून रामेश्वरला निघाला होता. प्रवासातील अनेक प्रसंग त्याने सांगितले.

''स्वामी'', तो म्हणाला, ''केवळ पूर्वपुण्याईमुळेच आज आपले दर्शन झाले. हा अपूर्व योगायोग म्हणावा लागेल.''

''शिवाय विधिलिखितही असू शकते.'' स्वामी म्हणाले, ''नाहीतर आम्ही इथे न वळता सरळ पुढे गेलो असतोच की! पण तसे घडले नाही.''

''स्वामी'', आनंदमूर्ती गंभीरतेने म्हणाले, ''मला जीवनाची निश्चित दिशा अजून सापडलेली नाही. मला काहीतरी मार्ग दाखवा.''

''आनंदमूर्ती'', स्वामी म्हणाले, ''तो अधिकार मला नाही. पण मी एवढेच सांगेन तुला, की तू प्रापंचिक हो. धर्माचरणही कर. परंतु तुझ्या जवळ असलेल्या

समाजस्थितीचा विचार कर. बहुजनसमाजाला धर्म समजलेला नाही. तो त्यांना समजावून सांग. राखावी बहुतांची अंतरे. जनसेवा हीच ईश्वरसेवा समज.''

''स्वामी'' आनंदमूर्ती स्वामींचे चरण पुन्हा वंदीत म्हणाला, ''माझे डोळे आज उघडले. मी फक्त माझाच विचार करीत होते. समाजाचे हे विदारक चित्र मला समजले नव्हते. मी हेच कार्य करीन.''

''आनंदमूर्ती'' स्वामी म्हणाले, ''तू आता हे कार्य उत्तम रीतीने पार पाडशील यात मला शंका नाही.''

''स्वामी'' आनंदमूर्ती म्हणाला, ''मी खरोखरच आज पावन झालोय, आता आपली पुढील भेट कोठे होईल?''

''ते श्रीरामाच्या इच्छेवर अवलंबून आहे.''

मध्यरात्र उलटली होती. थंडगार हवा सुटली होती. चिमणाजी केव्हाच झोपला होता

पहाटे निघताना आनंदमूर्तीने स्वामींचा आशीर्वाद मिळविला! तो धन्य झाला!

* * *

काशी जवळ येत चालली. नाना वाटा एकत्र येऊन सरळ काशीकडे वळल्या होत्या. प्रवाशांचे तांडेच्या तांडे जात-येत होते. वाटचाल सहज होत होती. महादेवाचा जयजयकार चालू होता सर्वत्र.

स्वामींना सहज आठवले. पंत व राणूबाई एकदा बोलत बसले होते. नारायण पलीकडेच होता. पंतांसमवेत राणूबाईंना काशीयात्रा करायची होती. पंतांची तब्येत चांगली नसल्यामुळे ती कधीच घडणार नव्हती. पण राणाऊंची ही इच्छा त्यांनाही पूर्ण करता येत नव्हती, येणार नव्हती! त्यांच्या मनालाही उगाचच चुटपुट लागली. राणाऊंच्या तब्येतीचीही काळजी वाटत होती. पण अजून कितीतरी वर्षे ही त्यांची यात्रा चालणार होती...!

... आईला काय वाटेल? स्वामी अस्वस्थ झाले. किती वर्षे अजून वाट पाहावी लागणार?... नारायणा, काय केलंस हे...?

पण स्वामी लगेच सावरले. चिमणाजी जरा पुढे होता, तेवढ्यात त्यांच्या मनात हे विचार आले होते. आता त्याची बडबड पुन्हा चालू झाली.

तीन-चार दिवसांत ते काशीला पोचले. ते बुंदेली त्यांच्या मागेच होते. रात्री अंधारात स्वामी त्यांच्याशी बोलले होते. दोन-तीन दिवस त्यांना थांबण्यास सांगितले... दूरवर. उगाच शंका नको कुणाला.

काशीत कुणातरी शास्त्रींची मदत घ्यावी लागणार होती. त्यांची तर कुणाचीच ओळख नव्हती. त्या बुंदेलींना हिंदू करून घेण्याचा विधी गुप्ततेने पार पाडायचा होता. एका धर्मशाळेत त्यांची सोय झाली.

ती जागा पाहून ते बुंदेली पुढे एके ठिकाणी थांबले!

* * *

फार दिवसांचे स्वप्न पूर्ण झाले. स्वामी व चिमणाजी दुसऱ्या दिवशी पहाटे गंगास्नानाला आले. ते घडले! तीर्थयात्रेचा पहिला महत्त्वाचा भाग पूर्ण झाला. स्वामी हरखले. गंगेचे सारे पात्र भाविकांनी भरलेले होते. गंगामैयाचा एकच जयजयकार चालू होता.

थोडा प्रकाश वाढताच काशीतील अनेक मंदिरांची सोनशिखरे चमकू लागली. बोळाबोळांतून गर्दी वाहू लागली.

काशीविश्वेश्वराचे पवित्र दर्शन होताच स्वामी व चिमणाजी धन्य झाले. हर हर महादेव! याचसाठी केला होता अट्टहास! किती वेळ स्वामी तशा महागर्दीत एका कोपऱ्यात हात जोडोन उभे होते. त्यांच्या डोळ्यांसमोर होते फक्त भगवान शंकर...

जयदेव जयदेव जय श्री शंकरा ऽ

आरती ओवाळू तुज कर्पूरगौरा!-

... या महान शक्तिशाली परमेश्वराला ह्या देशीच्या हिंदूंसाठी ते सुखाची सावली मागत होते.

चिमणाजी व ते गाभाऱ्यातून बाहेर पडत असताना पलीकडून जोराने हाक ऐकू आली.

"ए ऽ चिमणा ऽ जी...

"ए ऽ चिम ऽ णा ऽ जी ऽ...!"

* * *

चिमणाजी आणि स्वामी पाहतच राहिले! समोर एक बलदंड ब्राह्मण उभा होता. गोरापान, चांगला धष्टपुष्ट, उंच, काळीभोर दाढी, डोक्याचे केस वाढवलेले.

"ओळखलेस का मला?"

चिमणाजी चांगलाच गोंधळला. त्याला काही आठवेना. ह्या काशीत कोण निघाले ओळखणारे?

"अरे चिमण्याऽ, नीट पाहा माझ्याकडे रोखून."

"नाही ऽ, ओळखू येत नाही, बुवा."

"अरे मी हरिदासाचा रंगा! पटली का ओळख?"

"रंगा? तू रंगा?" चिमणाजी आश्चर्याने म्हणाला, "पाप्याचं पितर होतास तू लहानपणी! तुझ्या बरगड्या मोजायचो आम्ही! घरी न सांगताच तू पळून गेला होतास."

"ओळख पटली की!" रंगा म्हणाला, "हे पुरे आता. हे स्वामी कोण?"

चिमणाजीने स्वामींची सारी हकिकत सांगताच रंगाने त्यांना साष्टांग नमस्कार घातला. आशीर्वाद मागितला.

सगळे जण बोलत बोलत बाहेर आले. तेथे जवळच त्याचे घर होते. स्वामी नको नको म्हणत असतानाच तो त्या दोघांना घरी घेऊन आला.

त्याची सारी हकिकत त्याने सांगितली. काशीला जाणाऱ्या यात्रेकरूंबरोबर तो काशीला लहानपणीच आला होता. काशीच्या प्रसिद्ध हरिहरभट्टांनीच त्याला सांभाळले व शिकविले. काशीत जे काही प्रसिद्ध वेदमूर्ती होते, त्यांत रंगाची गणना होती. त्याच्या कामाचा व्याप फार मोठा होता.

"पुन्हा तू आलाच नाहीस, पंढरीला?" चिमणाजीने विचारले.

"सावत्र आईच्या छळामुळे तर मी पळून आलो होतो. वडील तेव्हाच वारले होते. कोणासाठी परत येणार मी?" रंगा म्हणाला, "आता मी कुणाला ओळखूही येत नाही. मलाही नाही कुणी ओळखत."

"मी तरी कुठे ओळखले तुला?"

"आता लवकर नाही सोडणार तुम्हाला." रंगा म्हणाला, "स्वामींचाही सहवास घडेल."

"स्वामी कोणाकडे राहत नाहीत." चिमणाजी म्हणाला.

"मीही त्यांच्याबरोबर धर्मशाळेत राहीन."

स्वामींचा एक प्रश्न मिटला होता. त्यांना एका वेदमूर्तींची गरज होती. ती त्यांनी बोलून दाखविताच, रंगाने त्वरित ते काम करण्याचे मान्य केले. हरिहरभट्टांनी कितीतरी बाटलेल्या मुसलमानांना हिंदू करून घेतले होते.

त्या बुंदेल्यांना सोमवारी हिंदू करून घेण्याचे ठरविले!

तसा गुपचूप निरोपही गेला त्यांना!

* * *

रंगाने हरिहरभट्टांची व स्वामींची भेट घडवून आणली. स्वामींचे मत त्यांच्याबद्दल एकदम चांगले झाले. फार वेगळ्या देशप्रमाने हरिहरभट्ट भारून गेले होते.

"हरिहरभट्ट", स्वामी आदराने म्हणाले, "आपले सर्वच कार्य महान आहे.

म्लेंछांच्या राज्यात राहून गुप्तपणे आपण अनेक बाटविलेल्या मुसलमानांना हिंदू करून घेत आहात. कौतुक आहे.''

''हे व्रतच मी घेतलेले आहे.'' हरिहरभट्ट म्हणाले, ''आपण विनाकारण मला मोठे करीत आहात. रंगाने मला आपल्याबद्दल सारे सांगितले आहे. आपणही हेच कार्य करीत आहात.''

पुष्कळ वेळ बोलणी झाली. हरिहरभट्ट मूळचे नाशिकचेच होते. त्यांच्या बऱ्याच पिढ्या इकडे गेल्या. स्वामींना त्यामुळे विशेष आपुलकी वाटली.

''स्वामी'', हरिहरभट्ट म्हणाले, ''श्रीरामाची शक्ती आपल्या पाठीमागे उभी आहे. त्यामुळे आपल्या सर्व कार्यांत आपणाला यश लाभणार आहे. बादशहाचा एक जवळचा मोठा सरदार भविष्य पाहण्यासाठी माझ्याकडे नेहमी येतो. आपल्या महान कार्यात म्लेंछांची काही अडचण आल्यास मला सांगा. मी येथे त्यामुळे अगदी सुरक्षित आहे. इथले सारे अंमलदार मला वचकून आहेत.''

स्वामी हरखून गेले. आता त्यांना कसलीच चिंता नव्हती.

सायंकाळच्या गंगास्नानाची वेळ झाली होती.

* * *

संपूर्ण मुंडण केलेले चार हिंदू स्वामींच्या पाया पडले! आशीर्वाद मागितला!

रंगा हरिदासाच्या घराच्या मागील बाजूने चार मुसलमान रात्री अंधारात घरात गेले!

दुसऱ्या दिवशी सायंकाळी चार हिंदू पुढील दाराने गंध लावून बाहेर पडले!

रंगाने स्वामींचे हे बुंदेल्यांचे कार्य एकदम चोख केले. हरिहरभट्टांनीही त्यात भाग घेतला. स्वामी सुखावले. हे असले कार्य त्यांच्या आवडीचे होते. असली कामे रंगाच्या घरी ते नेहमी पार पाडत. ते घर सोयीचे होते. कुणाला काहीही कळायचे नाही!

त्या चौघांची मूळ नावे त्यांना देण्यात आली. ते मोठ्या आनंदाने निघून गेले. हरिहरभट्टांना यज्ञाचे काम असल्याने तेही गेले.

रंगाला बरोबर घेऊन स्वामी व चिमणाजी बाहेर पडले. आज आणखी काही प्रमुख मंदिरांत दर्शनाला जावयाचे होते. प्रत्येक ठिकाणी गर्दी होती.

तीन-चार दिवसांत हे कार्य संपले. सकाळ-संध्याकाळ गंगास्नान चालू होतेच. जी काही धार्मिक कृत्ये काशीत पार पाडायची होती, ती रंगामुळे पूर्ण झाली.

आता त्यांना वेध लागले होते, पुढील प्रवासाचे. जास्ती दिवस येथे थांबून चालणार नव्हते. चिमणाजी मात्र काही दिवस रंगाकडे राहणार होता.

"स्वामी", चिमणाजी रडवेला होऊन म्हणाला, "कल्पना नसतानाही आपला सहवास लाभला मला. माझ्या जीवनाचे परमसार्थक झाले. हा काळ संपूच नये असे वाटतेय मला."

"चिमणाजी", स्वामी म्हणाले, "यालाच जीवन असे नाव आहे. केव्हातरी काहीतरी सोडून जावेच लागते प्रत्येकाला. नंतर उरतात त्या फक्त आठवणी. माझ्या ह्या प्रवासात फक्त तुझाच सहवास जास्ती लाभला. मी एकटाच जाणार पुढे. उद्या सकाळी मी निघणार आहे."

चिमणाजीने अंधारात तोंड फिरविले. त्याचे अश्रू थांबत नव्हते!

* * *

रामदास आता एकटेच पुढे निघाले. खरे म्हणजे अशी एकट्यानेच तीर्थयात्रा करायची होती. एकान्त भरपूर मिळतो.

लहर आली, की रात्री-बेरात्रीदेखील ते कुठेतरी आजूबाजूला उंच झाडावर जाऊन बसत.

ते आता प्रयागला निघाले होते. रस्ता वर्दळीचा होता. जाणारी-येणारी माणसे पुष्कळ होती. एका झाडाखाली काही माणसे फलाहार करीत बसली होती. स्वामी जवळून जाताच एकाने त्यांना हाक मारून फलाहारासाठी बोलावले.

स्वामींनी नाही म्हटले नाही. तेही त्यांच्यात मिसळले. पेरू फारच चवदार होते. त्यांना आवडले. ती माणसे प्रयागचीच होती. तेथून जवळ असलेल्या एका खेड्यात लग्नासाठी ते सारे चालले होते.

"महाराज", एक जण म्हणाला, "आपण दक्षिणेकडील दिसता. मी वेणीमाधव. माझीच पेरूची बाग आहे प्रयागजवळ."

"वा! फारच छान आहेत पेरू हे." रामदास म्हणाले, "हे असले पेरू मी प्रथमच खात आहे. आतून हे गुलाबी आहेत. आमच्याकडे पांढरे असतात."

"महाराज", वेणीमाधव म्हणाला, "आपण कोणीकडे निघाला आहात? एकटेच दिसता."

"मी एकटा नसतो" ते हसून म्हणाले, "माझा श्रीराम बरोबर असतो माझ्या. त्यामुळे मला काहीही अडचणी येत नाहीत."

रामदास रामभक्त आहेत व ते नाशिकहून आले आहेत, हे कळताच वेणीमाधव एकदम उठला व त्यांचे चरण धरले. त्याचे वडील नाशिकला कुंभमेळ्याला गेले होते. तेथील श्रीरामाचे ते नेहमी गुणगान गायचे.

"स्वामी", वेणीमाधव म्हणाला, "मी आता लग्नाला जात नाही. मी आता

तुमच्याबरोबर प्रयागला परत येतो.''

आणि खरोखरच तो स्वामींच्या बरोबर निघाला. त्याच्याबरोबर असलेले सारे पुढे निघून गेले.

वेणीमाधव पराकोटीचा रामभक्त होता. त्याच्या घरातच श्रीरामाची पूजा होती. त्याच्याबरोबर साऱ्या गप्पा रामकथेच्याच चालू होत्या. त्यामुळे प्रयाग केव्हा आले, हे समजलेच नाही.

त्याने पुष्कळ आग्रह केला; पण स्वामी त्याच्या घरी गेले नाहीत. एका धर्मशाळेत ते राहिले. रात्र पुष्कळ झाली होती. घरी जाऊन तो पुन्हा पेरू घेऊन आला. स्वामींना ते खाण्यास लावले.

दुसऱ्या दिवशी पहाटेपासूनच तो त्यांच्याबरोबर होता. त्याने तेथील सर्व मंदिरांत जाऊन त्रिस्थळी यात्रा पूर्ण केली. स्वामींना ही पुरातन मंदिरे फार आवडली.

वेणीमाधव खरोखरच रामभक्त आहे, हे स्वामींना कळून येताच त्यांनी त्याला त्यांचा हेतू सांगितला. तेथे आजूबाजूला मठस्थापना करायची होती.

''वेणी'', स्वामी आजूबाजूच्या त्याच्या पेरूच्या बागेत बसले असताना म्हणाले, ''येथे म्लेंछांचा उपद्रव फार आहे. ठायी-ठायी अंमलदार आहेत. हिंदूंना मोकळीक अजिबात नाही. हा सर्व विचार करून एक महत्त्वाची कामगिरी मी तुझ्यावर सोपवीत आहे''

''अवश्य सांगावे, स्वामी.''

रामदासांनी मग त्याला त्याच्या पेरूच्या बागेपलीकडेच एका टेकडीमागे पडीक जागा दाखविली. तेथे श्रीराम मंदिराची व मठाची स्थापना करण्यास सांगितले. मठाधिपती तोच राहणार होता. त्याची संमती येताच स्वामींनी त्याला सर्व महत्त्वाच्या सूचना दिल्या.

अति गुप्ततेने हे सारे पार पाडायचे होते. तो सारा कानमंत्र त्यांनी दिला.

''स्वामी'', वेणी त्यांचे चरण वंदून म्हणाला, ''मला ही स्वप्नातदेखील न दिसलेली कामगिरी आपण सांगितली आहे. श्रीरामाच्या कृपेने मी ती निश्चित पार पाडीन.''

'रामदासी' शिष्यवर्ग कसा निर्माण करायाचा व त्यांच्याकडून गुप्त धर्मकार्य कसे करायचे, हेही त्यांनी समजावून सांगितले. भजने व प्रवचने नेहमी ठेवली म्हणजे कुणाला शंका येत नाही, हे रहस्यही सांगितले!

दोन-तीन दिवसांत वेणीने पंचवीस 'रामदासी' स्वामींच्या वंदनासाठी आणले! स्वामींनी त्यांना त्यांचे कार्य समजावून सांगितले.

पराकोटीच्या समाधानाने स्वामी गयेला निघाले. तेथील देवदर्शनानंतर ते

पुन्हा काशीला आले!

त्यांनी रंगाला तसे कबूल केले होते!

* * *

स्वामी सांगून गेल्यामुळे रंगा अधूनमधून धर्मशाळेत येऊन जात होता. आज तो तेथे येण्यास व स्वामी प्रवेश करण्यास एकच गाठ पडली.

''रंगा'', स्वामी हसून म्हणाले, ''मला अगदी आल्या आल्या गाठलेस! काय योगायोग!''

''श्रीरामानेच मला येथे वेळेवर आणले.'' रंगा म्हणाला, ''नाहीतर मी कशाला आलो असतो?''

स्वामींनी नंतर त्याला काशीपुढील प्रवासाची हकिकत सांगितली. गंगास्नान करून मंदिरात दर्शनाला जायचे होते. ते सारे व्यवस्थित झाले. रंगा नंतर धर्मशाळेतही आला. तेथे विशेष गर्दी नव्हती. एका कोपऱ्यात ते बसले होते. शेजारी कुणीच नव्हते.

स्वामींनी काशीला पुन्हा येण्याचा मनोदय रंगाला सांगितला. येथे मठाची व महंताची नितान्त गरज होती. त्यालाही योग्य रामभक्त त्यांना हवा होता.

रंगाच्या डोळ्यांसमोर लगेच रामभट्ट आले. त्यांच्या घरातच श्रीरामाचे मंदिर होते. रामजन्मही ते साजरा करीत.

रंगाने लगेच त्यांच्या घरी जाऊन त्यांच्या कानावर स्वामींची इच्छा घातली.

''ही तर माझी पूर्वजन्मीची पुण्याई समजावी लागेल, रंगोबा.'' रामभट्ट म्हणाले, ''स्वामींची इच्छा मी निश्चित पूर्ण करीन.''

ते दोघे लगेच धर्मशाळेत आले. रात्री बऱ्याच उशिरापर्यंत तिघांची चर्चा चालू होती. श्रीरामावर अपार निष्ठा असलेल्या रामभट्टाची निवड रंगाने अचूक केल्याने स्वामींना समाधान वाटले.

स्वामींनी रामभट्टांना सारी योजना व गुप्तता बारकाईने सांगून टाकली. रामदासी तयार कसे करायचे, हे समजावून दिले.

काशीजवळच्या एका आडवाटेच्या खेड्यात रामभट्टांच्या मित्राची पडीक जागा होती. ती जागा मठाला योग्य होती.

ती जागा कधी पाहीन, असे स्वामींना झाले!

* * *

दुसऱ्या दिवशी सकाळी स्वामी गंगास्नान व काशीविश्वेश्वराचे दर्शन घेऊन

येण्यापूर्वीच रामभट्ट व रंगोबा त्यांची वाट पाहत धर्मशाळेत बसले होते.

ते येताच पुन्हा चर्चा चालू झाली. रामभट्टांनी स्वामींना फळे व दूध आणले होते. ते घेतल्यावर तिघेही ती जागा पाहण्यास गेले.

स्वामींना जागा फार आवडली. ती खरोखरच आडबाजूला होती. म्लेंछांपासून सावध राहणे आवश्यक होते. बादशहाच्या क्रूरतेचे प्रताप वाढू लागले होते. जुलमी कर वाढले होते. 'काफरांना' बळी देणे हे प्रकार नित्याचे झाले होते.

मठाधिपती म्हणून रामभट्टांना त्यांचे कर्तव्य स्वामींनी समजावून सांगितले.

त्यांना अनुग्रह दिला. ते लगेचच कार्याला लागणार होते. स्वामींची ही महत्त्वाची कामगिरी काशीला पुन्हा येताच लगेच पार पडली होती रंगामुळे.

रामभट्टांनी स्वामींची प्रवचने वेगवेगळ्या मंदिरांत आयोजित केल्यामुळे सर्वत्र रोज गर्दी वाढू लागली. रामकथा सर्वांना नव्याने ऐकण्यास मिळत होती. स्वामींचा खडा आवाज, त्यांच्या चेहऱ्यावरील तेज, बोलणे, त्यांचे स्वरूप व असीम रामभक्ती भाविकांना मोहवीत असे. ते कुणाच्या घरी जात नसत. कुणाचे काही घेत नसत. ते निरीच्छ होते.

सदासर्वदा प्रीति रामी धरावी!!

* * *

पहाटेपूर्वीच स्वामी गंगास्नानाला आले. अजून वर्दळ सुरू झाली नव्हती. सारा घाट मोकळा होता. ते तेथेच बसले. एकान्त लाभला. काशीचे सर्व घाट त्यांनी पाहिले होते. हनुमानाचे मंदिर कोणत्याच घाटावर नव्हते. त्यांच्या मनात एकदम ही कल्पना आली. त्यांनी त्या घाटाची पाहणी केली. याच घाटावर मंदिर बांधण्याचे त्यांनी निश्चित केले.

ही इच्छा त्यांनी रंगोबांना सांगितली. स्वामींच्या इच्छेनुसार एका रात्रीत गुपचूपपणे घाटावर मंदिर बांधून झाले. श्रींची स्थापनाही झाली. कुणालाही कसली शंका नको, चौकशी नको!

टाकळीत उद्धवासाठी पहिला मारुती स्थापन केला. हा काशीचा दुसरा. मारुतीची आरतीही झाली. मूर्ती फारच देखणी होती.

आरती करणे हा नवा छंदच स्वामींना लागला. आतापर्यंत फार आरत्या नव्हत्या. स्वामी जिथे जातील, तिथे त्या देवाची आरती रचूनही म्हणत. रामदासी तिचा प्रसार करीत.

जयदेव जयदेव जय जय हनुमंता!

* * *

एका रात्री नाना विचारांमुळे स्वामींना झोपच येईना. मध्यरात्र केव्हाच उलटली होती. स्वामी धर्मशाळेबाहेर आले. नेहमीच्या वाटेने न जाता ते दुसरीकडे वळले. थोडे पुढे गेले.

त्यांना एकदम प्राजक्ताचा सुवास आला. टाकळीत दाजिबांच्या मळ्यात पारिजातकाचे भलेमोठे झाड होते. फुलांचा रोज सडा पडायचा. शेवंता रोज ओंजळभर फुले आणून गुहेच्या कोपऱ्यात वडाची पाने मांडून त्यावर ठेवायची. पंचवटीहून ते परतले, की तो सुगंध गुहेत दरवळत असायचा. त्यांना फार आवडायचा. ते पटकन रस्त्याकडेला आले. काही फुले वेचून त्यांनी हातात घेतली. ती त्यांना वेगळीच वाटली.

त्यांच्या डोळ्यांसमोर उभी राहिली ती टाकळीची शेवंती. फार दिवसांनी तिची आठवण झाली. बिचारी त्यांच्यासाठी फार कष्ट घ्यायची. त्यांना येण्यास उशीर झाला, की नाशकाच्या वाटेवर येऊन थांबायची. तिचे कितीतरी प्रसंग त्यांना आठवले. स्वामी रेंगाळले. तो मंद सुवास त्यांना पुढे जाऊ देईना. शेवंती व या फुलांत साम्य होते.

स्वामी हळूहळू पुढे निघाले. गंगाकाठावरून मंद वारा येत होता. कुठेतरी दूरवर घंटानाद सुरू झाला होता. काकडा चालू असावा. ते गंगाकाठी आले. चांदण्यात गंगा फार विलोभनीय दिसत होती. प्रकाशरेखा उजळून निघाली होती.

स्नान करून स्वामी 'हनुमंत' घाटावर आले. त्यांच्या हातांतली फुले त्यांनी येता-येता एका कडेला ठेविली होती. ती त्यांनी मनोभावे मारुतीला वाहिली. त्यांना विलक्षण प्रसन्न वाटले.

त्यांच्या मुखातून एकदम 'भीमरूप स्तोत्र' सुरू झाले.

भीमरुपी महारुद्रा वज्र हनुमान मारुती
वनारी अंजनीसुता रामदूता प्रभंजना

\- - - - - - - - - - - -

रामदासी अग्रगणु कपिकुळासी मंडणु
रामरूपी अंतरात्मा दर्शने दोष नासती ।।

एका दमात स्वामींनी खणखणीत आवाजात स्त्रोत्र म्हटले.

"वा! स्वामी, वा!" रंगा एकदम म्हणाला, "अप्रतिम स्तोत्र झालेय हे. काय शब्दरचना आहे! मी लिहून घेईन. रोज म्हणीन. काशीला येणाऱ्या प्रत्येक मराठी भाविकाला लिहून देईन."

"रंगोबा", स्वामी हसून म्हणाले, "एका दमात किती बोलतोस? आलास

केव्हा तू?''

''स्तोत्र सुरू केल्यापासून मी सारे ऐकिले.'' रंगा म्हणाला, ''तुम्ही केव्हाही स्नानाला येता म्हणून मी आज लवकर आलो, तर तुम्ही त्यापूर्वीच आला होता!''

''बरे झाले तू आलास ते.'' स्वामी गंभीर होऊन म्हणाले, ''माझ्या मनात आत्ताच पुढील प्रवासाला निघण्याचे आलेय. रामभट्टांशी रात्री बराच वेळ बोलत बसलो होतो. तूही आता भेटलास. काशीत बरेच राहणे झाले. ठरविलेले सारे व्यवस्थित पार पडतेय तुझ्यामुळे. आता मला ओढ लागलीय त्या रघुनंदनाच्या अयोध्येची. राघवाची भक्ती ती माझी विश्रांती. असो द्यावी चित्ती! राघवाचे प्रेम ते करी विश्राम. थेट सर्व श्रम जाण बापा. तो शरयूतीर मला केव्हाचा खुणावीत आहे.''

''स्वामी'', रंगा भावनावश होऊन म्हणाला, ''केवळ योगायोगाने आपली भेट जाहली. जवळीक वाढली. हे सोनदिवस मी जन्मभर विसरणार नाही. ही केवळ पूर्वजन्मीची पुण्याई. स्वामी, रहा अजून काही दिवस''

''आता नाही.'' स्वामी निर्धाराने म्हणाले, ''येथे बहुत राहणे झाले.''

रंगा धर्मशाळेपर्यंत त्यांच्याबरोबर आला. त्याला धड चालताही येईना. स्वामीही अस्वस्थ झाले.

ते एकदम निघाले. मागे न पाहता. रंगा मात्र कितीतरी वेळ त्या वाटेकडे पाहत होता!

पूर्वेकडे प्रकाश दिसू लागला होता.
रंगाच्या जीवनात मात्र
अंधारु भासू लागला!

* * *

नाही म्हटले, तरी रामदासांची पावले जड झाली. रंगाचा वियोग त्यांना नकळत सहन होत नव्हता. त्यांनी पुष्कळ प्रयत्न केला, पण त्याचा तो अश्रूंनी डबडबलेला चेहरा सारे काही सांगून गेला. चालायचे म्हणून ते चालत होते. ह्या भावनात्मक गोष्टी टाळायचा प्रयत्न चालू होता त्यांचा.

''महाराज'', रामदास एकदम चमकलेच. समोरून येणाऱ्या काही लोकांपैकी एक ओरडला,

''आम्ही नाशिकचे आहोत. आपली प्रवचने मी ऐकलीत. मी गोपाळ चंद्रात्रेय.''

त्याने स्वामींना वाकून वंदन करताच सर्वांनी तसेच केले.

''बरे झाले, आपली गाठ पडली ते.'' स्वामी म्हणाले.

"महाराज", गोपाळ म्हणाला, "त्या झाडाखाली बसूया. पुष्कळ फळे आहेत."

स्वामी त्यांच्या पाठोपाठ बसले. तेवढ्यात गोपाळने त्याना आसन दिले. केळी व पेरू भरपूर होते. पण अयोध्येची रामफळे स्वामींना आवडली. त्यांना विशिष्ट वास होता. गरही भरपूर होता. रामफळे मिळाली, हा स्वामींना शुभशकुन वाटला.

खाताना गोपाळ बरेच बोलत होता. स्वामीही काही सांगायचे.

"नाशकाला पुन्हा येणे होणार का?" जाताना गोपाळने विचारले.

"श्रीरामाने बोलावले तर अवश्य येऊ."

सारी मंडळी निघाली. स्वामीही पुढील मार्गाला लागले. आता लवकर जाणे भाग होते. उशीर झाला होता.

स्वामींच्या डोळ्यांसमोर सारखा श्रीराम येत होता. तो रघुनंदन आता भेटणार होता. नाशिक सोडल्यापासून त्याचाच एक ध्यास लागला होता.

एका रामाशिवाय त्यांची निष्ठा कोठेच नव्हती. तो त्यांचे सर्वस्व होता. म्हणून रघुनायका दृढ चित्ती धरावे । प्रभाते मनी राम चिंतीत जावा । मना सज्जना राघवी वस्ती कीजे । रघुनायका आपुले करावे । कारण नुपेक्षी कदा रामदासाभिमानी । कृपाळूपणे भेट रे रामराया । वियोगे तुझ्या सर्व व्याकूळ काया।

याशिवाय आता त्यांना दुसरे काहीच सुचत नव्हते. ते चालतच राहिले. अंधार दाटू लागला होता. त्यांनी इकडेतिकडे पाहिले. त्यांनी एका गावात प्रवेश केला होता.

समोरच एक मंदिर होते. ओवऱ्या बऱ्याच दिसत होत्या.

त्यांना मुक्कामाला जागा मिळाली!

मंदिर देवीचे होते!

* * *

त्या मंदिराच्या पलीकडे सकाळी एकदम गोंधळ सुरू झाला. त्यांनी सहज ऐकिले. कोणा रामसिंगाला ठाणेदाराने पकडून नेले होते. त्याचा गुन्हा असा काहीच नव्हता. रडारडी प्रचंड चालू झाली होती.

स्वामी एकदम बाहेर आले. त्याच्या पत्नीला धीर दिला. जमलेले सारेजण स्वामींकडे पाहू लागले. हा कोण तेजस्वी साधू आलाय? काल नव्हता. लोकांत एक मुसलमानही होता. त्या साऱ्यांनी रामलिंगाचा गुन्हा काहीच नसल्याचे सांगितले.

रामदासांनी लोकांना ठाणेदाराची माहिती विचारली. फार कडक असल्याचे

समजले. त्यांच्या मनात काय आले एकाएकी, कुणास ठाऊक? त्यांनी त्यातील एकाला नाव विचारले.

"प्यारेलाल." तो आश्चर्याने म्हणाला, "मी पलीकडे राहतो. आपली काय सेवा करू, महाराज?"

"मला त्या ठाणेदाराकडे घेऊन चला."

जमलेले सारेच स्वामींबरोबर निघाले. तो मुसलमानही आला. ठाणेदार नुकताच चौकीत येऊन बसला होता. ही माणसे का आलीत, हे त्याने ओळखले. पण हा अनोळखी हिंदू साधू कोण असावा? तो त्यांच्याकडे पाहतच राहिला. या लोकांच्या येण्याचे कारण कळताच तो एकदम खवळला.

स्वामी त्याच्याशी त्याच्या भाषेत बोलू लागले. सारे लोक पाहू लागले. स्वामींच्या प्रश्नांना त्या ठाणेदाराला नीट उत्तरे देता येईनात. त्याच्या रागाचे कारण त्यांनी काढून घेतले. परवा तो ठाणेदार घोड्यावरून पडला असता रामसिंग हसला होता!

हे ऐकून स्वामीही हसू लागले! त्यांनी ठाणेदाराला एकच प्रश्न विचारला.

"केळीच्या सालीवरून जर कुणी घसरून खाली पडले, तर तुम्ही काय कराल?"

"सगळ्यांप्रमाणे मीही हसेनच की!"

आता रामसिंगाला सोडावे लागले त्याला.

सगळे गेल्यावर स्वामी त्याच्याशी बोलत बसले जरा. त्यानेही चौकशी केली त्यांची. आपल्या गोड भाषेने स्वामींनी त्या ठाणेदाराला नमविले होते.

स्वामी निघाले. तो त्यांच्या बोलण्याने भारावून गेला होता. न घडणारी घटना घडली.

स्वामी मंदिरात येताच रामसिंग, त्याची बायको व मुलगा येऊन त्यांनी स्वामींना वंदन केले. गर्दी लगेच झाली. साऱ्या गावात ही वार्ता पसरली होती.

स्वामींना लगेच निघायाचे होते. पण प्यारेलाल व इतरांनी स्वामींना रात्री प्रवचनाचा आग्रह केला!

त्यांनी देवीमाहात्म्यावर सुंदर प्रवचन केले. भल्या पहाटे ते पुढे निघून गेले!

तो ठाणेदार दुखावला गेला होता. तेथे अधिक काळ राहणे धोक्याचे होते!

* * *

अखेर स्वामी अयोध्येत आले. ते सुखावले. नगरीत पाऊल टाकताच त्या परमपवित्र मातीला वंदन करून ती कपाळी लावली.

शरयूत स्नान होताच ते मंदिरी आले. त्या महालोभस श्रीरामाला पाहताच त्यांचे भान हरपले. ते श्रीराममयच झाले. लहानपणी त्यांना दर्शन दिलेला तोच हा राम होता...!

"श्रीराम जयराम जय जय राम"

हा परमपवित्र जप त्याने दिला होता त्यांना. 'रामदास' हे नाव, माळही दिली... तीच गळ्यात होती त्यांच्या... त्याची जीवनसोबत करीत होती!

... सुनीळ तेज गाळीव चोखडे
मनोहर रामाचे रूपडे
ठणठकारे चहुंकडे
उभे ठाकले सुंदर !

स्वामींना काहीच सुचेना. डोळियांचे अश्रू आवरेनात. जीवीचे सार्थक झाले होते.

स्वामींनी डोळे उघडले...! पलीकडे एक भाविक हात जोडोन उभा होता. स्वामींची अवस्था पाहून तो चकित झाला होता...

स्वामींनी त्याच्याकडे पाहताच तो लगेच आला व त्यांचे चरण धरले!

नंतर ते दोघेही बाहेर येऊन बोलत बसले. त्याचे नाव रामकृष्ण होते. तोही परम रामभक्त होता. रामनवमीच्या साऱ्या उत्सवाची त्याने स्वामींना माहिती दिली. तो सारखा त्यांच्याबरोबर राहू लागला.

रामनवमीचा उत्सव याच देही याच डोळा अयोध्येत पाहणे ही त्यांच्या जीवीची आवडी होती. ती पूर्ण जाहली. रामनवमीलाच रामदर्शन...!

"राम राजाधीश शोभतसे!"

* * *

काही दिवसांतच स्वामींनी रामकृष्णाला मठस्थापना करण्यास सांगून त्याला महंत केले. अनुग्रह दिला. नेहमीप्रमाणे आडबाजूला त्याने बांधकामही चालू केले.

तेथून परत येताना सायंकाळी एकाने त्यांचे पाय धरले. समोर एक मुसलमान उभा होता!

"महाराज मी रहीमखान, परवा आमच्या गावात तुम्ही आला होता. मी त्या रामसिंगाचा शेजारी."

"ओळखले मी तुला."

"तुमच्याकडे काम आहे एक."

“सांग.”

“महाराज,” रहीम हळू आवाजात म्हणाला, “मी ते गाव सोडून, बायका-मुले घेऊन आलोय. मी मूळ हिंदूच आहे. माझे नाव रामलाल आहे. गयेजवळच गाव होते माझे. आम्हाला हिंदू करू घ्यावे.”

अंधार पडल्यावर मठाकडे जाण्यास स्वामींनी त्याला सांगितले. रामकृष्ण तेथे होताच.

दोन दिवसांतच त्यांना हिंदू करून घेतले स्वामींनी. त्यांच्या उपस्थितीतच कार्य सुरू झाले.

मठाच्या देखरेखीचे काम रामलालला पाहण्यास सांगितले!

तो तेथेच राहणार होता!

* * *

स्वामींना आता ओढ लागली होती त्या कृष्णकन्हैयाची. तो निळा-सावळा मुरलीमनोहर त्यांना खुणावू लागला होता. यमुनेच्या काठी घुमलेले ते बासरीचे सुमधुर स्वर त्यांना वाऱ्यातून ऐकू येऊ लागले होते... गोपींचे पैंजण घुमू लागले होते...

अयोध्येतील श्रीरामाच्या सुमंगल सहवासात मन तृप्त होईपर्यंत राहिल्यावर स्वामी मथुरेला निघाले.

म्लेंछांचा धुमाकूळ सर्वत्र दिसू लागला होता. बादशाही मुलूख जवळ असल्याने सर्वत्र शिपाई हिंडत होते. वातावरण भीतीचेच होते.

मथुरेच्या अलीकडे त्यांचा मुक्काम होता. पहाटेपूर्वीच त्यांना जाग आली. कुणीतरी एकतारीवर मीराबाईंचे सुरेल भजन अतिगोड आवाजात गात होते.

स्वामी लगेच बाहेर आले. बकुळीच्या फुलांचा मनमोहक सुवास मंद वाटियात दरवळत होता. त्या झाडाखाली तो गात होता पलीकडे. स्वामी भारावून गेले. भजन संपल्यावर स्वामी त्याच्याशी बोलत बसले. त्याचे नाव हरिकृष्ण होते. लहानपणीच त्याचे आई-वडील मारले गेले होते. स्वामी कृष्णानंदांनी त्यांच्या आश्रमात त्याला वाढविले, शिकविले. मीराबाईंची भजने म्हणत तो आता सर्वत्र हिंडत असायचा. स्वामींची माहिती समजताच तोही भारावून गेला.

त्या दोघांचे मग बराच वेळ बोलणे झाले. हरिकृष्णाला ह्या सर्व परिसराची माहिती होती. मथुरेत त्याच्या पुष्कळ ओळखी होत्या. त्याची आई अयोध्येचीच होती. ती रामाची महान भक्त होती. त्याच्या घरी आईमुळे रामजन्म तर वडिलांमुळे कृष्णजन्म व्हावयाचा!

मथुरा-गोकुळ-वृंदावनी स्वामींना हरिकृष्णानेच नेले. त्यामुळे स्वामी सुखावले. "हरिकृष्णा" स्वामी म्हणाले, "तुझ्यामुळे ही कृष्णभूमी मला व्यवस्थित पाहण्यास मिळाली."

"ही त्या गोपाळकृष्णाचीच कृपा आहे, स्वामी," हरिकृष्ण म्हणाला,

"मी निमित्तमात्र आहे. आजतागायत माझ्याजवळ तुमच्याइतके कोणीही आले नाही. कुणी माझी चौकशीही केली नाही, स्वामी, तुम्ही महान आहात हे मी सुरुवातीलाच ओळखले होते."

"हरिकृष्णा", स्वामी म्हणाले, "तू कृष्णभक्त. मी एक रामसेवक. दोघे आपण एकत्र आलोत. ही मात्र त्या मुरलीधराचीच इच्छा. म्हणूनच तुझे नावही हरिकृष्णाच आहे."

"हा योगायोगच आहे स्वामी." हरिकृष्ण म्हणाला.

"स्वामी कृष्णानंदांनी मला ही कल्पना दिली होती."

"मला समजले नाही." स्वामी म्हणाले

"मी स्वामींना अनुग्रह मागितला होता, पण तो त्यांनी दिला नाही."

"का?"

"तो अधिकार मला नाही; एका परम रामभक्ताकडून तो तुला योग्य वेळी मिळणार आहे." असे ते म्हणाले होते."

"ती वेळ आता आलीय हरिकृष्णा."

स्वामींनी त्याला अनुग्रह दिला!

मथुरेत मठाची व महंताची फार गरज होती. हरिकृष्णाची त्यांनी पारख केली होती. तो दिसत होता, तेवढा साधा नव्हता. स्वामी कृष्णानंदानी त्याला बरीच विद्या दिली होती. बाटविल्या गेलेल्या हिंदूंना पुन्हा या धर्मात घेण्याचे महान कार्य ते करीत होते. हरिकृष्णालाही तो विधी शिकविला होता त्यांनी.

स्वामींच्या इच्छेला हरिकृष्णाने मोठ्या आनंदाने संमती दिली.

त्यांच्या उपस्थितीत त्याने मठाच्या कामाला आरंभ केला!

* * *

त्याच कृष्णानंदात ते त्याच्या दुसऱ्या भूमीत म्हणजे द्वारकेला निघाले. ती खूप लांब तर होतीच; पण वाटही बिकट होती. जाणे त्रासाचे होते.

स्वामींना फार अडचणी येऊ लागल्या. जंगली लोकांच्या भागातून जावे लागे. मुक्कामाची अडचण यायची. त्यांच्याजवळ काहीच नव्हते. त्यामुळे कशाचीही भीती नव्हती. झाडावर रात्रभर बसूनही त्यांनी वेळ निभावून नेली होती.

आसनगावला ते रात्री असेच झाडावर बसले होते. स्वामी एकदम अस्वस्थ झाले. त्यांना आठवली गोदा! मुंडावळ्या बांधलेली. आत्तापर्यंत त्यांना ही आठवण झाली नव्हती. पण ते लवकर सावरले. झाडाखाली चार लुटारू एकदम आले. चोरलेल्या मालाची वाटणी करू लागले!

पहाट होताच स्वामी पुढे चालू लागले. वाटेत एक नदी लागली. तिथे कोणीतरी स्नान करीत होते. स्वामींनाही तो परिसर आवडला. त्यांनी स्नान सुरू करताच 'स्वामी' म्हणून हाक ऐकू आली...!

स्वामी एकदम चक्रावले! या असल्या आडवळणी जंगलात कोण ओळखीचे आले? ती व्यक्ती जवळ आली!

"जयराऽम." रामदास एकदम म्हणाले, "वा! काय योगायोग आहे?"

"माझे नशीब थोर." जयराम वंदन करीत म्हणाले, "म्हणून पुन्हा गाठ पडली. नाहीतर ह्या असल्या आडवाटेला कोण भेटणार? चोराशिवाय?"

स्वामींनीही मग स्नान उरकले. दोघेही त्या नदीकाठी झाडाखाली बसले. सप्तशृंग पर्वतावर त्यांची भेट झाली होती. नंतर देवीने त्यांना द्वारकेस जाण्याचा आदेश दिल्याने ते तेथे गेले होते. आता परत निघाले होते

"आता कोठे जाणार?" स्वामींनी विचारले.

"तेच ठरविले नाही अजून" जयराम म्हणाले, "आता आपणच मला आदेश द्यावा. मी गोंधळून गेलो आहे!"

"जयराम," स्वामी म्हणाले, "श्रीरामाच्या इच्छेमुळे भेट झालीय आपली. तू आता मथुरेला जा. मी तेथूनच आलोय. नंतर अयोध्येला रामदर्शन करून काशीला जा. म्हणजे नंतर तुला कुठेही जाता येईल."

"जशी आपली आज्ञा" स्वामींना पुन्हा वंदन करून जयराज म्हणाले, "श्रीरामाच्या इच्छेने पुन्हा आपली गाठभेट व्हावी."

"होईलही."

नंतर पुष्कळ वेळ ते बोलत बसले. तेथून वाटा कशा आहेत, याचे मार्गदर्शन स्वामींनी त्यांना केले.

थोड्याच वेळात दोघेही निघाले!

जयराम पुन्हा पुन्हा मागे वळून पाहत होते.

* * *

द्वारकेच्या राण्याच्या परमपावन भूमीत स्वामी आले. ही गोपालभूमी त्यांना फारच रमणीय वाटू लागली. देहुडाचरणी श्रीकृष्णाच्या मनोहारी मूर्ती सर्वत्र पाहून

स्वामी कृष्णमय झाले. त्यांचे मन भूतकाळातील विविध प्रसंगांत रमले. ह्या द्वारकेतील श्रीकृष्णाच्या अनेक कथा त्यांना आठवू लागल्या.

एका देखण्या मंदिरात ते शिरले. कुणाचे हरीप्रवचन चालू होते. फारच सुंदर भाषा वाटत होती. भाविक तल्लीन झाले होते. स्वामींना ते ऐकावे वाटले. ते एका कोपऱ्यात उभे राहिले. प्रवचन संपताच तो प्रवचनकार स्वामींच्याजवळ आला. त्यांच्या चरणी डोके ठेवून वंदन केले.

''उठा'' स्वामी म्हणाले, ''फारच उत्तम प्रवचन केले आपण. सारी कृष्णकथा डोळ्यांसमोर उभी राहिली.''

''मी हरिप्रसाद'', तो म्हणाला, ''आपल्या उपस्थितीने मी धन्य झालोय, महाराज.''

''मी एक साधा रामसेवक आहे.'' स्वामी म्हणाले, ''भगवान श्रीकृष्णांच्या दर्शनाला आलोय.''

ते दोघे नंतर बराच वेळ बोलत बसले. त्याच्याबरोबर त्यांनी 'सबै भूमी गोपालकी' पाहिली. फारच विलोभनीय मंदिरे व मनोहारी मूर्ती यांचा सुरेख संगम येथे होता. देवळांची बांधणी आकर्षक होती.

द्वारकेत श्रीरामाचे मंदिर नव्हते. स्वामींनी हरिप्रसादजवळ हा विषय काढताच त्याने ही जबाबदारी स्वीकारली. लगेचच मंदिर बांधण्यास त्याने आरंभ केला. शेजारच्या गावात एक देखणी राममूर्ती मिळाली. स्वामींनी स्वत: तिची प्राणप्रतिष्ठा केली. श्रीकृष्णभूमीत श्रीरामाचा जयजयकार सुरू झाला.

हरिप्रसादने थोड्या अंतरावर हनुमान मंदिरही बांधले. त्याचीही स्थापना स्वामींनी केली. स्वामींच्या मनातील ही गोष्ट हरिप्रसादने अचूक हेरली होती.

स्वामीना परमानंद झाला. हरिप्रसादला त्यांनी अनुग्रह दिला व महंतही केले. दूरवर एक जागा मठासाठी स्वामींनी दाखविली.

हरिप्रसादने मठाचे बांधकाम चालू करताच स्वामी हिमालयाकडे निघाले!

हरिप्रसादने खरोखरच स्वामींना, त्यांना हवा तो प्रसाद दिला होता!

* * *

स्वामींची नवीन वाटचाल फार दूरची, अवघड वाटेची, अतिथंडीची, बर्फाच्या भागातून दुर्गम वाटांनी पार पडणार होती. एकसारखी चढण चढावी लागणार होती. मुक्कामाचा प्रश्न होता. हिमवर्षावही असायचा. हिमवादळे व्हायची. निवारा कोठला मिळणार?

कशाचाही विचार न करता स्वामी पुढे पुढे जात होते. वाहतूक कमीच होती.

कुठेतरी एखादा पोहा दिसायचा. पक्षी व प्राणी मात्र वेगळे. वृक्ष, झाडे, वनस्पती, फुले व फळेही वेगळी. चवही वेगळी.

अति थंडीत ते एक उंच पठारावरील खेड्यात पोचले. पिसाट वारा सुटला होता. बाहेर कुणीही दिसत नव्हते. मंदिरही नव्हते. ते एका खडकावर बसले. पलीकडून कुणीतरी अंधारात येत होते.

"बाबा", तो म्हणाला, "अंधारात इथे कशाला बसला गारव्यात?"

"जागा चांगली वाटली म्हणून बसलो." स्वामी म्हणाले,

"मंदिर आहे का इथे एखादे?"

"चला."

स्वामी त्याच्याबरोबर निघाले. बोलता बोलता त्याने त्याचे नाव किशोरीलाल असल्याचे सांगितले. ते शिवमंदिर येण्यास बरेच चालावे लागले. त्याचे घरही त्यापलीकडेच होते.

"किशोरीलाल", स्वामी म्हणाले, "मंदिर चांगले आहे. पहाटे उठून मी पुढे जाईन."

"बाबा", तो म्हणाला, "आमच्या घरी चलावे. जेवण करून मग या इथे."

"नको." रामदास म्हणाले, "मी रात्री जेवत नाही. मी झोपतो आता."

"बाबा", किशोरी म्हणाला, "तुम्ही ज्या वाटेनी आला आहात, तेथे जेवण कोठेही दुपारी तुम्हाला मिळत नसते. वाटेत कुठलेच गाव नाही. निदान फळे तरी खा. चला, आपले चरण लागू देत आमच्या घराला."

रामदासांना नाही म्हणवेना. त्याच्या घरी त्यांनी वेगवेगळी फळे खाल्ली. हा मेवा त्यांना वेगळाच वाटला. पाणीही गोड होते.

ही माणुसकीही वेगळी होती!

* * *

धूसर पहाटेच स्वामी पुढे निघाले. हरिद्वारची वाट रात्री किशोरीने त्यांना दाखविली होती. दूरवर पूर्वा उजळू लागली. अतिखोल दऱ्या दिसू लागल्या. दगड गडगडत खाली जात होते. झाडी मात्र दाट होती. एखादा भाविक दिसायचा. अतिशय काळजीपूर्वक चालावे लागत होते. पाय घसरला की दगडही घसरायचा! खाली गडगडत जायचा. रस्ता दगडांतूनच होता!

वाटेतील एका मंदिरात मुक्काम करून दुसऱ्या दिवशी पहाटे स्वामी निघाले. हरिद्वारच्या खाणाखुणा दिसू लागल्या. दुपारी ते तेथे आले. काशीची गंगा येथे वेगळीच वाटत होती. गंगास्नान करताना ही जाणीव झाली.

पुष्कळ यात्रेकरू तेथे होते. विविध आश्रमही सर्वत्र दिसत होते. स्नानानंतर लगेच ते विष्णुमंदिरात आले. मूर्ती फारच प्रसन्न व मनोहारी वाटली. एका कोपऱ्यात उभे राहून ते हात जोडोनिया ध्यान पाहत होते!

कमळावर कौस्तुभधर क्षीरसागरवासी
पतितपावन नाम अगणित गुणरासी
नाभी कमळी ब्रह्मा अग्रज मदनासी
न कळे महिमा स्तविता दशशतवदनासी
जय देव जय देव जय पंकजनयना
आरती ओवाळू तुज पन्नग शयना!

......

स्वामींनी श्रीभगवान विष्णूंची आरती चालू केली!

हरिद्वारचा निसर्ग अतिरमणीय होता. स्वामींना फार लोभस वाटला. प्रसन्न होता. जांबेपासून काशीपर्यंतची वाटचाल नेहमीची होती. परंतु ही पहाडी वाटचाल सृष्टिदर्शनाचे भव्य रूप सांगून जात होती. स्वर्ग स्वर्ग म्हणतात तो ह्यापेक्षा काय वेगळा असणार? सगळीकडे रंगीबेरंगी धबधबे! ओहळ! प्रपात! विविधरंगी मोहमयी फुलांची उधळण येथे रंगलेली होती. निसर्गाचे हे चित्र केवळ अलौकिक होते.

या वातावरणात स्वामी एका आश्रमात थांबले. तेथेही वेगळेपण होते. तेज:पुंज तपस्वी सर्वत्र दिसत होते. त्यांची उपासना चालू असायची.

आश्रमासमोर एक टेकाड होते. बसण्यास सपाट भाग चांगला होता. चारही बाजूंचा हिरवा निसर्ग, उंचच्या उंच डोंगरकडे, दऱ्याखोरी स्पष्ट दिसत होती. ते वर जाऊन बसले. त्यांनी हात जोडले त्या निसर्गाला.

--- *गिरिचे मस्तकी गंगा*
तेथुनी चालली बळे
धबाबा लोटल्या धारा
धबाबा तोय आदळे!!

* * *

निसर्गाच्या समृद्धीत असणाऱ्या हृषीकेशला दोन-तीन दिवस राहून स्वामी बद्रीनारायणाला आले. वाट अतिशय धोक्याची. उंचच्या उंच कडे व प्रचंड दऱ्या. वरून दगड पडला की खाली नदीतच जायचा! पाय घसरला तर...!

बद्रिनारायणाची मूर्ती पाहून स्वामी हरखून गेले. भगवान विष्णूंना या स्वरूपात ते प्रथमच पाहत होते. त्यांनी हात जोडले...

... नमः कमलनाथाय
नमस्ते जलशायिने
नमस्ते केशवानन्त
वासुदेव नमोस्तुते!

सगळीकडे एकच जयजयकार चालू होता.
...नारायण नारायण जय गोविंद हरे
नारायण नारायण जय गोपाल हरे !!
स्वामी विष्णुमय झाले ...
संध्याकाले स्मरन्नित्यं प्रातःकाले तथैव च
मध्यान्हे च जपन्नित्यं सर्वपापै प्रमुच्यते!

ते ज्या आश्रमात राहत होते, तेथे बऱ्यापैकी गर्दी होती. एक-दोन दिवसांतच स्वामींनी सारा परिसर पाहिला. डोळे तृप्त झाले. धन्य झाले. निसर्गाचे हे रंगीत स्वप्न ते पुन्हा पुन्हा पाहत होते.

रात्री गर्दीमुळे त्यांना दुसऱ्या बाजूला झोपावे लागले. त्यांच्या पलीकडे दोघे जण पडल्या-पडल्या मराठीत बोलत होते! स्वामींची उत्सुकता वाढली. सकाळी त्यांपैकी एकाला पाहून त्यांचे कुतूहल आणखी वाढले! कांतिमान बलदंड, शरीर रंग, गोरापान, उंची भरपूर.

"नमस्कार." स्वामी म्हणाले, "कुठून आलात तुम्ही?"

"पंढरपूरपासून काही कोसावर नाझरे गाव आहे. तेथील आम्ही देशपांडे." तो म्हणाला, "माझे नाव रंगनाथ व हा माझा भाऊ विठ्ठल. आम्ही उपासनेसाठी आलो आहोत येथे. बरीच वर्षे झाली. पुष्कळ दिवसांनी मराठी बोलणारे आपणच भेटला. फार संतोष झाला."

स्वामींनीही आपली ओळख करून दिली. त्या दोघांची विविध विषयांवर बरीच चर्चा झाली. रंगली. रंगनाथ पुष्कळ बोलत. स्वामींविषयी त्यांना अधिक आदर वाटू लागला. पुरश्चरणामुळे ते भारून गेले.

"स्वामी," रंगनाथ म्हणाले, "केवळ अपूर्व योगायोगामुळे आपली भेटी जाहली. आपली रामभक्तीही फार श्रेष्ठ आहे. आता आपला परिचय झालेलाच आहे. तो वाढावा असे सारखे वाटू लागले आहे."

"श्रीरामाच्या मनात असेल तर ते होईलही" रामदास म्हणाले, "आपल्या सहवासामुळे माझे राहणे जरा वाढले. पण मला समाधान मिळाले. आता उद्याच निघावे लागणार आहे."

रात्रीही फार उशिरापर्यंत त्यांची बोलणी पुन्हा झाली.

त्या मुक्कामात त्यांनी दयाळला महंत केले व तेथे मठस्थापना करण्याचा आदेश दिला. त्याची अचानक गाठ पडली होती. फारच वेगळा माणूस वाटला स्वामींना तो. थोड्या कालावधीतच स्वामींनी त्याची परीक्षा केली व त्याच्यावर मोठी जबाबदारी टाकली. तेथे मठ होणे अतिशय आवश्यक होते. हे कार्यही पाहता पाहता झाले.

रंगनाथांची भेट ही या मुक्कामातील स्वामींची अत्यंत सौख्याची घटना!

* * *

केदारेश्वराचे दर्शन घेऊन स्वामी आता फार अवघड व अतिशीत असलेल्या हिमशिखरावरील श्वेत मारुतीच्या दर्शनाला निघाले. बारा महिने तेथे हिमवर्षाव व हिमवादळे व्हायची. फारसे कोणी तेथे जात नसत. कमालीचा गारठा सहन होत नसायचा. हातापायांच्या शिरा फुटायच्या!

पण स्वामी मात्र निश्चयाने निघाले. त्यांना ओढ लागली होती. त्या श्वेत हनुमानाची. एकापेक्षा एक महाखडतर चढणी लागत होत्या. दरडी एका पाठोपाठ कोसळत होत्या. हिमवर्षाव तर चालूच होता. खाण्यास फळेही दुर्मीळ होती! वाटेत कुणीही भेटत नव्हते. ना वस्ती, ना गाव, ना मंदिर!

केवळ श्रीरामाच्या चिंतनाबरोबर ते वाटचाल करीत होते. अखेर ते शिखरावर आले. त्या दुर्मीळ अशा श्वेत मारुतीचे दर्शन घडले! मनीची फार वर्षांची इच्छा पूर्ण जाहली.

स्वामींना महाप्रचंड थंड कडाका आता सोसेना. शैत्य झाले. त्यांच्या अंगावर वस्त्र नव्हते! अंथरूण-पांघरूण नाही! केवळ श्रेष्ठ मनोबळावर ते सारे सहन करीत. रात्रीच्या रात्री तशा हिमवर्षावात ते काढीत...

..."नारायणा", एका रात्री पांढऱ्याशुभ्र प्रकाशझोतात तेजस्वी हनुमान प्रकट होऊन म्हणाले, "तुझा हा पराकोटीचा निर्धार पाहून प्रसन्न झालो आहे. तू मागे लहान असताना मी तुला भेटलो होतो... तुझ्या सर्व मनोकामना पूर्ण होतील, असा आशीर्वाद मी तुला देत आहे..."

मारुतरायांनी स्वामींच्या अंगावर हुर्मुजी रंगाची मेखला घातली. शिवाय टोप, वल्कले, जपमाळ, खडावा व कुबडी दिली...

--- श्वेतप्रकाश कमी कमी होत गेला...

गरम वस्त्रामुळे स्वामी जागे झाले. मारुतराय त्यांना दर्शन देऊन गेले होते. साऱ्या वस्तू त्यांच्या जवळ ठेवल्या होत्या...!

पहाट होती. त्यामुळे हे सारे त्यांना दिसले. त्यांच्या परमदैवताचे हे दुसऱ्यांदा त्यांना दर्शन घडले होते. जांबेच्या मारुतीमंदिरामागील कोनाड्यात त्यांना हनुमानांनी प्रथम दर्शन दिले होते. आता पुन्हा भेटून त्यांनी त्यांची विलक्षण काळजी घेतली होती. आशीर्वाद दिला होता!

आता रामदासांना नवा जोम प्राप्त झाला. त्या श्वेत मारुतीजवळ त्यांनी चार महिने कसे काढले, हेच त्यांनाही कळेना! ही सारी त्यांच्या मारुतरायांची कृपा होती. भरपूर एकान्त लाभला. पुढील सर्व योजनांचे नियोजन त्यांना येथे करता आले. आता पुन्हा ते ह्या भागात येणार नव्हते!

श्वेत मारुतरायांचा प्रेमळ निरोप घेऊन स्वामी मानस-यात्रेला आले. येथेही येण्यास त्यांना फार त्रास सहन करावा लागला. हे अति उंचावर आहे. याचा आकार गोलाकार आहे. त्यात सुंदर सरोवर आहे. तेथील पाणी अत्यंत मधुर आहे. अमृतासारखेच!

वितरणा (झेलम), शताद्रू (सतलज), सिंधू, कर्नाटकी व ब्रह्मपुत्र वगैरे नद्यांचा उगम याच परिसरातून होतो. कैलासपर्वतही याजवळच आहे. वाटेत एका हिमलिंगाचेही दर्शन त्यांना घडले!

हिमालयातील अत्यंत अवघड व महाखडतर प्रवास करीत स्वामी अखेर पूर्व भागात आले. आता कशाची काळजी नव्हती!

* * *

वाटेतील अनेक क्षेत्रांचे दर्शन घेत घेत स्वामी जगन्नाथपुरीला आले. जगन्नाथाचे दर्शन होताच स्वामींना परमसंतोष जाहला. तेथील सारे वातावरण वेगळे होते. गर्दीच गर्दी होती.

भाषाही वेगळी. लोक वेगळे. स्वामींना भाषेचा जरा त्रास होऊ लागला. समुद्रकिनाऱ्याने सर्व पारंपरिक तीर्थक्षेत्रे पाहत पाहत ते रामेश्वराला आले. देशाच्या एका टोकाला ते आले होते. हिमालय एका टोकाला होता!

केवढा विस्तीर्ण देश! स्वामी विचार करू लागले; ह्या देशाच्या परंपरेचा, रयतेचा, धर्माचा, भवितव्याचा! समुद्रकिनाऱ्याजवळील एका खडकावर स्वामी बसले होते. चिंतन चालू होते त्यांच्यासमोर होता त्यांचा देश. काय होणार ह्या देशाचे?

ह्या विचारात दंग असतानाच रामसेतूचे दर्शन घेऊन ते लंकेला जाऊन आले. श्रीरामाची पाऊले उमटलेली ती भूमी पाहिली. रावणाचे पारिपत्य येथेच जाहले. कुठे अयोध्या! कुठे लंका! श्रीराम किती दूरवर आले?

आता मध्यप्रदेशातून ते बंगळूरला आले. ती भूमी त्यांना रमणीय वाटली. सगळीकडे सुंदर झाडी होती. वनराया होत्या. एका सुंदर हिरवाईत ते चिंतन करीत बसले होते. नारळांची मनोहारी बाग होती.

दोन घोडेस्वार तेथून चालले होते. ते एकदम थबकले. खाली उतरले.

"ओळखले का आम्हाला?" स्वामींना वंदन करून ते म्हणाले.

स्वामी विचार करू लागले. त्यांना आठवेना.

"आम्ही राजे शहाजींचे सेवक आहोत." त्यातील एकजण म्हणाला, "नाशिकला आपली गाठ पडली होती. राजांसमवेत तेव्हा आम्हीच होतो!"

"वा! येथे येण्याने राजांची गाठ पडणार." स्वामी म्हणाले, "फार वर्षे झाली. मी ओळखले नाही तुम्हाला. राजे येथे आहेत हे चांगले झाले."

"केव्हा येऊ देत त्यांना आपल्या भेटीला?" एकजण म्हणाला, "आणि कुठे यायचे हेही सांगावे स्वामी!"

"नाशिकची गोष्ट वेगळी होती." स्वामी म्हणाले.

"पुरश्चरणामुळे मला कोठे जाता येत नव्हते. म्हणून राजांना तसदी पडली. ते अत्यंत गैर घडले होते. मला त्या घटनेची अजूनही खंत वाटत आहे. त्यांची त्यांच्या वाड्यात भेट घेणे. हे माझे आता कर्तव्य आहे. कोठे आहे तो राजवाडा?"

"गावात आहे"

मग स्वामींनी त्यांना काही सूचना दिल्या. स्वामी जेथे राहिले होते, त्या धर्मशाळेत त्यांतील एक जण येऊन स्वामीना घेऊन जाणार होता.

स्वामी एकदम सुखावले!

* * *

शहाजीराजांनाही विलक्षण आनंद झाला. स्वामींची बंगळुरात गाठ पडणे फार महत्त्वाचे होते. हा दैवी योगच समजावा लागेल, असे त्यांना वाटले. जहागिरीसंबंधी निश्चित निर्णय झाला नव्हता. तसा वेळही मिळाला नव्हता. एखादा महत्त्वाचा निर्णय घेताना राजांना स्वामींची आठवण व्हायची.

बंगळूरमधील राजवाडा भला मोठाच्या मोठा होता. चारही बाजूंनी रात्रंदिवस शिपाई उभे असायचे. पहारा कडक होता. भलीमोठी घोड्यांची पागा होती. घोडे अगदी उमदे व घोडेस्वार जाणकार होते. स्वामींचे आगमन होणार असल्याने वाड्यावर आज विशेष तयारी व गडबड दिसू लागली होती.

ठरल्या वेळी त्या सेवकासमवेत स्वामी आले! स्वागताला राजे शहाजी होतेच. काही मानकरीही होते. सर्वसामान्य चर्चा झाल्यावर राजे शहाजी व स्वामी

वाड्याच्या आतील दालनात गेले. तेथे व्यवस्था केलेली होतीच.

"स्वामी," राजे शहाजी म्हणाले, "कुणीकडून येणे जाहले?"

रामदासांनी मग तीर्थयात्रेची सारी हकिकत सविस्तर सांगितली. देशाची लोकस्थिती व म्लेंछांचे अत्याचार प्रामुख्याने सांगितले. अस्मानी-सुलतानीची कल्पना दिली."

"स्वामी" राजे शहाजी गंभीर होऊन म्हणाले, "हे सारेच भयंकर आहे. आम्ही हे ऐकून होतो. पण आता खात्रीच जाहली. हिंदूंच्या देशात हिंदूंवर अत्याचार चालू आहेत, हे ह्या देशाचे दुर्दैव समजावे लागेल."

"राजे," स्वामी राजांकडे टक लावून पाहत म्हणाले, "आता सारा भार आपणावरच आहे, राजे. आपल्याला जहागीर मिळाली आहेच. तेथे राहोन सर्व कारभार पाहत स्वातंत्र्याची सर्व तयारी सहज करता येईल आपल्याला. तसे घडले तरच काही साध्य होईल. नाहीतर कुत्र्यासारखे जगावे लागेल रयतेला. मुली-बाळींना घरात राहणेही अशक्य झाले आहे."

राजांनी नंतर जहागिरीसंबंधी सारी तयारी सांगितली. राजे शिवाजी जिजामातेसमवेत पुण्यास आहेत, हेही सांगितले. त्यांना सर्व सूचना दिलेल्या आहेत. त्यांची तेथे काळजी घेणारे कुशलतेने कारभार करीत आहेत. जिजाऊ खुद्द त्या कारभारात सहभागी आहेत. राजे शिवाजींना त्यांचे अचूक मार्गदर्शन होत आहे.

अजून काही वेळ राजे शहाजी व स्वामींची चर्चा झाली. सर्व विषय हाताळले गेले. राजांना समाधान वाटले.

"स्वामी," राजे उत्सुकतेने म्हणाले, "आपली ही तीर्थयात्रा संपल्यावर आपले आगमन आमच्या जहागिरीत व्हावे. आम्ही वाट पाहत आहोत. अवश्य यावे."

स्वामींनी निश्चित काहीहीच सांगितले नाही. सारे पूर्ण झाल्यावर श्रीरामाच्या आदेशानुसार त्यांचे पुढील निर्णय अवलंबून होते.

म्लेंछांच्या पारिपत्याबद्दल पुन्हा थोडे महत्त्वाचे बोलणे झाले.

स्वामी परत निघताना राजे शहाजी अत्यंत समाधानी दिसत होते. स्वामींनी त्यांना काहीतरी निश्चित आश्वासन दिले असावे.

राजांनी एक विश्वासू घोडेस्वार पुण्याला पाठविला!

* * *

बंगळूर सोडून स्वामी पुढे निघाले, तरी त्यांच्या डोळ्यांसमोर राजे शहाजीच येत होते. त्यांची स्वराज्याची जिद्द त्यांना फार महत्त्वाकांक्षी वाटली. त्यांच्या हातून मोठी कामगिरी घडावी, असे स्वामींना राहून राहून वाटू लागले! आणि ते घडेल,

याची खात्री वाटत होती.

शिवाजीराजांची जी वर्णने राजे शहाजींनी केली, त्यामुळे त्यांच्याबद्दलच्या अपेक्षा स्वामींच्या मनात वाढल्या होत्या. राजांच्या सेवकांनी जिजाऊंची व बालशिवाजी राजांची फार तरफदारी केली होती. जहागिरीची सारी व्यवस्था जिजाऊ पाहत आहेत, ही तर अगदी कौतुकाची घटना होती.

स्वामींचा संचार अजून कर्नाटकातच होता. अनेक तीर्थक्षेत्रे पाहत ते गोकर्ण महाबळेश्वरी आले. तेथील रम्यता पाहून काही दिवस ते तिथे राहिले. तिथून ते करवीर क्षेत्री आले.

करवीरनिवासिनी महालक्ष्मीचे दर्शन घेण्याची त्यांची फार जुनी इच्छा होती. ती फार दिवसांनी पूर्ण होत होती. देवीचे अप्रतिम ध्यान ते कितीतरी वेळ लोभसपणे पाहत होते. वंदन करीत होते. त्यांनी मनोभावे प्रार्थना केली. म्लेंछरूपी असुरांचे मर्दन करण्याची मनोकामना देवीला सांगितली. तीर्थयात्रेत येथील भाविक भेटले होते. पण आता वेळ नसल्याने त्यानी त्यांना भेटणे टाळले.

तेथून ते परशुराम क्षेत्री आले. ते निसर्गरम्य ठिकाण त्यांना फार आवडले. प्रसन्न वाटले. त्यांचे आवडते आंबे त्यांना येथे हमखास मिळाले. ह्या मेव्याची चव वेगळीच होती.

आता ते महाबळेश्वरी आले होते. तेथील पुराणे मंदिर व नद्यांचे उगम पाहून ते धन्य झाले. सह्याद्रीचे सौदर्य उठून दिसत होते. आता त्यांना पंढरीची ओढ लागली. अनेक वारकरी त्यांना भेटत होते. पंढरीचा महिमा त्यांना माहीत होता.

चंद्रभागी स्नान केल्यानंतर ते राऊळी आले. कर करावरी ठेवुनिया युगे अठ्ठावीस उभा असलेला राजा पंढरीचा त्यांनी डोळे भरोनिया पाहिला... त्यांच्या डोळ्यांसमोर अयोध्येची प्रसन्न राममूर्ती आली... क्षणभर त्यांना खरेच वाटेना... पंढरीनाथ... पुन्हा श्रीराम पुन्हा पांडुरंग...स्वामी अभंग म्हणू लागले...

येथे का रे उभा श्रीरामा
मनमोहना मेघश्यामा ।
काय केले धनुष्यबाण ।
कराकटावरी ठेवून ।
काय केली सीताबाई ।
येथे राही रखुमाई ।
काय केली अयोध्यापुरी ।
येथे वसविली पंढरी ।
काय केली शरयुगंगा ।

येथे आणिली चंद्रभागा ।
रामदासी जैसा भाव ।
तैसा झाला पंढरीराव ।

स्वामी भारावून गेले. पंढरीरायाचे हे मनोहारी रुपडे त्यांच्या मनी ठसले. भक्तिभावाने ...जयदेव जयदेव जय पांडुरंगा । ते आरती करू लागले.

निर्जरवर स्मरहरधर भीमातिरवासी
पीतांबर जधनीकर दुस्तर भवनाशी
शरणागत वत्सल पालक भक्तांसी
चालक गोपीजन मनमोहन सुखराशी
जयदेव जयदेव जय पांडुरंगा
निरसी मम संगा नि:संगा भवगंगा ।।

कितीतरी वेळ स्वामी हात जोडोन उभे होते

चिमणाजीची चौकशी करण्याचे ठरवून मंदिराबाहेरी आले, तो समोर चिमणाजी उभा. त्याने स्वामींना लवकर सोडले नाही. तीर्थयात्रेचा सारा वृत्तान्त त्याने ऐकिला. स्वामी त्याच्या घरी आनंदाने राहिले. पाहुणचार घेतला. त्याच्या आईने स्वामींच्या आवडत्या पुरणपोळ्या केल्या. स्वामींना नाही म्हटले तरी राणाऊची आठवण झालीच. तिच्याही पोळ्या अशाच असायच्या. हीच चव.

चिमणाजीने रखमाबाईचा पुष्कळ तपास केला; पण ती सापडली नाही. स्वामींना मात्र हुरहुर लागून राहिली. तिने राणाऊंची उणीव भरून काढली होती.

स्वामी पुन्हा नाशकात आले. कितीतरी वर्षांनी श्रीरामाचे दर्शन घडले. त्यांना अत्यानंद झाला. तेथून हलावेसे त्यांना वाटेना. त्यांना जणू म्हणायचे होते...

तुजवीण रामा मज कंठवेना!
उदास वाटते जीवी, आता जावे कुणीकडे
तू भक्तवत्सला रामा... बुध्दी दे
रघुनायका मागणे हेचि आता!

चिंतामणशास्त्री रामवासी झाले होते. बाळंभट परगावी गेले होते. स्वामी तातडीने टाकळीला आले.

दाजिबा देवाघरी गेले होते. हरबा थकला होता. उद्धव मात्र आता ओळखू येत नव्हता. स्वामींनी सांगितल्याप्रमाणे त्याचे आचरण चालू होते. रात्री उद्धव व गोपीनाथ किती वेळ बसले होते. तीर्थयात्रेतील नाना प्रश्नांनी त्यांना त्या दोघांनी जागवले होते. दोन-तीन दिवस हाच कार्यक्रम चालू होता.

''स्वामी,'' उद्धव म्हणाला, ''मी आता काय करावे?''

"नंतर सांगीन, तूर्त येथेच रहा."

स्वामी निघाले! नाही म्हटले तरी उद्धवच्या डोळ्यांत पाणी आले...!

पुन्हा येथे केव्हा येणे होणार?

* * *

पुन्हा एकदा पंचवटीस जाऊन श्रीरामाचे दर्शन घेऊन स्वामी गोदाप्रदक्षिणेला निघाले पुन्हा गोदाकाठ! त्यांच्या साऱ्या आठवणी दाटोनी आल्या. नाही म्हटले, तरी त्यांचे मन राणाऊभोवती फिरू लागले. तिची परिस्थिती कशी असेल? श्रेष्ठ काय म्हणतील? वहिनी? ती त्या वेळी लहान होती. मुलांची काहीच कल्पना नव्हती त्यांना. कधी एकदा त्या माऊलीला भेटीन, असे त्यांना झाले. परत येण्याबद्दल तिला काहीच बोललो नव्हतो. आपण कोठे आहोत, हे कुणालाच माहीत नव्हते!

मुक्कामाला कुठे राहिले, की त्यांना झोप यायची नाही. ते आईचे अपराधी होते. त्या माऊलीचा शब्द त्यांनी पाळला होता. पण आपण पुढे वेगळेच केले. ही त्यांची खंत होती. व्यथा होती जीवनभराची! या गोष्टीला क्षमा नव्हती, ही जाणीवच बोचत होती!

आईपुढे कसा जाऊ?

* * *

"नारायणा नारायणा," रात्री एकदम राणूबाई ओरडल्या उठल्या. बाहेरचे दार उघडण्यास निघाल्या. जाताना वाटेत गडबडीत पडल्या. त्या पुन्हा ओरडल्या, श्रेष्ठ, पार्वती, रामजी व शामजी सारेच पळत आले.

"काय झाले, आई?" आईला उठवून श्रेष्ठ म्हणाले.

"का ओरडलीस? बाहेर कशाला आलीस?"

"दार उघडा, दार उघडा, असे म्हणत नारबा मला हाका मारीत होता, म्हणून उठले."

"आणि पडले." रामजी म्हणाले, "आजी, तुला किती वेळा सांगितले, की तू आम्हाला फक्त हाक मार."

पार्वतीबाईंनी हाताला धरून त्यांना आत आणले, पाणी दिले.

"आई, जास्त लागलं का गं?" श्रेष्ठांनी काळजीने विचारले.

"नाही." राणाऊ म्हणाल्या, "पायाला लागले असावे. दुखतोय जरा."

शामजीने पाय पाहिला त्यांचा. थोडा सुजला होता. पार्वतीबाईंनी लगेच

रक्तचंदनाचा लेप लावला.

"आई," श्रेष्ठ म्हणाले, "मी तुला नेहमी सांगत आलोय, की नारायण निश्चित येणार आहे. फक्त वेळ सांगता येत नाही."

"तो निघालाय इकडे यायला!" राणाऊ म्हणाल्या, "मला स्वप्नात स्पष्ट दिसले!"

"रामाच्या कृपेने हे सारे खरे व्हावे आता."

पार्वतीबाई म्हणाल्या, "पहाटेची स्वप्ने खरी ठरतात. भावजी निश्चित येतील असे मलाही वाटू लागलेय. पंचवीस वर्षे झालीत."

"तू आता झोप थोडा वेळ, आई." श्रेष्ठ म्हणाले.

"मला आंधळीला काय दिसणार कपाळ!" राणाऊ निराशेने म्हणाल्या.

"आम्ही आहोत की सारे." श्रेष्ठ म्हणाले.

"काय उपयोग आहे तुमचा?" राणाऊ निराशेने म्हणाल्या, "पंचवीस वर्षांत काय माहिती मिळाली तुम्हाला त्याची? मी जिवंत आहे तोपर्यंत तरी यावा तो, आता तरी."

"सासूबाई," पार्वतीबाई म्हणाल्या "असे नका हो बोलू ह्यांना त्रास होतो. रात्र रात्र विचार करीत बसतात मग हे भावजींचा. त्यांना दुसरे मग काही सुचत नाही!"

"मला तरी काय वेगळे सुचते?" राणुबाई म्हणाल्या, "नारबा भेटल्या शिवाय चैन नाही पडणार मला."

बराच वेळ अशी बोलणी चालू होती. शेवटी सकाळ झाली.

त्या घराला घरपण राहिले नव्हते!

* * *

स्वामी अखेर पैठणला आले. अजूनपर्यंत त्यांना कुणीही ओळखले नव्हते. तेथे त्यांची प्रवचने चालू होती.

श्रीरामाची महती सांगत असताना स्वामींना समोर एकदम साळ जोशींचा माधव दिसला! त्यांनी त्याला लगेच ओळखले. तोही त्याच वेळी त्यांच्या कपाळावरील आवाळूकडे पाहत होता!

प्रवचन संपताच गर्दी जाऊ लागली. माधव पटकन जवळ आला.

"नारायणा," माधव त्यांचा हात हातांत धरून म्हणाला, "केवळ ह्या आवाळू मुळेच तू मला ओळखू आलास. तुझ्याशी काय व कसे बोलावे हेच कळेनासे झालेय."

"का रे"

"असे कसे विचारतेस?" माधव म्हणाला, "त्या बिचाऱ्या आईचा विचार केलास का? पंचवीस वर्षांत रडून-रडून डोळे गेले बिचारीचे. सगळ्या गावाला त्यांची काळजी. तू आता आलास काय किंवा गेलास काय? ती तुला पाहू शकणार नाही. येणार तरी आहेस का? का मला पाहून पुन्हा गडप होणार तू? नशीब माझं प्रवचनातून पळून नाही गेलास तू!"

"माधवा," स्वामी म्हणाले, "इतके कठोर नको रे बोलू. मी तिला भेटणार आहे. त्यासाठी तर आलोय मी. तू हो पुढे. मी येतो दोन-तीन दिवसांनी."

"वा! स्वामी," माधव जोरात म्हणाला, "तुझ्यावर आता माझा, विश्वास राहिलेला नाही! तुला आत्ताच्या आत्ता माझ्याबरोबर निघावे लागेल. तुला नेल्याशिवाय मी आता राहणार नाही."

"अरे..."

"अरे वगैरे काहीच ऐकणार नाही मी आता."

माधव निर्धाराने म्हणाला, "लगेच निघायचे आहे. तू काहीही बोलू नको!"

स्वामी काहीच बोलले नाहीत. माधवबरोबर ते निघाले!

दुसरा इलाजच नव्हता!

* * *

जयाचेनि नामे महदोष जाती
जयाचेनि नामे गती पाविजेती
जयाचेनि नामे घडे पुण्यठेवा
प्रभाते मनी राम चिंतीत जावा
जयजय रघुवीर समर्थ!

"माई, भिक्षा वाढा."

बाहेर कुणीच नव्हते. कुणी आलेही नाही.

स्वामींनी पुन्हा श्लोक म्हटला. भिक्षा मागितली. तशा पार्वतीबाई पीठ घेऊन आल्या! राणूबाईही धडपडत आल्या!

"कोण आहेस रे तू?"

"रामदासी."

"मुळीच नाही." राणाऊ आनंदाने ओरडल्या... "तू नारबा आहेस माझा... नारबा."

त्या जवळ जाताच स्वामींनी त्यांना वंदन करून मिठी मारली.

"आई!"

११० ○ दास संतुष्ट जाला

राणाऊंनी त्यांच्या तोंडावरून हात फिरवला.

''काय रे नारबा, किती ह्या जटा, केवढी ही दाढी!'' राणाऊ म्हणाल्या ''ही काय रे दशा करून घेतलीस?''

पार्वतीबाई पळतच आत गेल्या.

श्रेष्ठ, रामजी व शामजी बाहेर आले.

राणाऊंना ओसरीवर बसवून समर्थांनी श्रेष्ठांना वंदन करून मिठीच मारली. दोन्ही पोरेही आपल्या जगावेगळ्या काकाच्या पाया पडली. ते प्रथमच आपल्या काकाला पाहत होते.

''नारायणा,'' श्रेष्ठ म्हणाले, ''फार उशीर केलास! आई तुला पाहू शकणार नाही. रडूनरडून तिचे डोळे केव्हाच गेलेत!''

''दादा,'' रामदास म्हणाले, ''तुम्ही आता चिंता करू नका. हिमालयातून मी एक मुळी आणलीय.''

स्वामींनी ती मुळी सहाणेवर घासली, तिचे अंजन करून राणाऊंच्या डोळ्यांत घालताच काही क्षणांतच त्यांना दिसू लागले!

''नारबाऽ, किती रे बदललास? आणि माझ्या डोळ्यांत हे काय घातलेस? भूतबीत सामील आहे की काय तुला?''

''खराय आई.'' रामदास हसून म्हणाले, ''मला एका महाभुताने पछाडलेय. हे भूत प्रथम होते वैकुंठात, नंतर ते आले आयोध्येत, कौसल्येच्या पोटी तेथेच वाढले. कैकैयीमुळे वनवासी झाले. त्याच भुताने रावणाला मारले, भरताला गादीवर बसविले. त्या भुताचे नाव श्रीराम! त्यामुळेच तुला दिसू लागलेय आई.''

''रामाला भूत म्हणतोस काय?'' राणाऊ म्हणाल्या.

''अगं आई,'' श्रेष्ठ म्हणाले, ''त्याला रामाच्या भक्तीने झपाटलेय. गंमत केली तुझी.''

''भावजींना बाहेरच थांबविता की काय?'' पार्वतीबाई म्हणाल्या, ''चला हो सगळे जण आत.''

''पार्वती,'' राणाऊ म्हणाल्या ''नारबाला अगोदर ते बेसनाचे लाडू दे.''

''बेसनाचे लाडू?'' रामदास म्हणाले ''आत्ता कसे काय केलेत?''

''तुम्ही येणार म्हणून सासूबाईंनी करण्यास सांगितले होते मला.'' पार्वतीबाई म्हणाल्या, ''कालच केलेत!''

श्रेष्ठांनी मग आईच्या स्वप्नाची सारी हकिकत सांगितली!

* * *

इतकी वर्षे अंधारात बसलेल्या राणूबाई नारबा येताच दिसू लागल्याने

एकदम तरारल्या. त्यांच्या अंगात एकदम जणू शक्तीच आली नारबामुळे! त्याला काय आवडते, हे त्यांना माहीत होते. ते सारे त्या स्वत: करून घालणार होत्या त्यांना. पार्वतीबाईंना सारी तशी तयारी करण्यास सांगितले होते त्यांनी.

त्याप्रमाणे नारबाला रोज एक नवा पदार्थ मिळू लागला होता. ठोसरांच्या घरात गेली पंचवीस वर्षे अंधार पसरला होता. आता कधीच न साजरी झालेली दिवाळी चालू होती. राणूबाईंच्या आनंदाला नवे उधाणच आले होते.

तीर्थयात्रेच्या व पुरश्चरणाच्या हकिकती ऐकण्यात रात्री संपत होत्या. श्रेष्ठ साऱ्या गोष्टी प्रामुख्याने ऐकीत होते. त्यांच्या मनात वेगळेच विचार चालू होते. भिकंभटांनी केलेले नारायणाचे भविष्य खरे होऊ लागले होते. रामभक्तीमुळे व पुरश्चरणामुळे रामदासांच्या चेहऱ्यावर विलक्षण तेज आले होते.

नारायण ह्या भूमीत राहणार नाही असेही भविष्य होते. ती लक्षणे दिसू लागली होती. श्रेष्ठांना ते दोघेच असताना, रामदासांनी शहाजीराजांच्या जहागिरीत जाण्यासंबंधी सांगितले होते. श्रेष्ठांना उगीचच वाटू लागले होते... आज बाबा असते तर?

जो गोदातीरी जन्मला
तो कृष्णातीरी जाणार होता!

* * *

मोठ्या मुश्किलीने आईची समजूत घालून अखेर नारबा जांबेहून पुढे निघाले. पुन्हा लवकर येण्याचे आश्वासन त्यांनी तिला खरोखरच दिले. तो शब्द ते पाळणार होते. राणूबाई कमालीच्या थकल्या होत्या. आईची गाठभेट झाली, हेच त्यांना अप्रूप वाटत होते.

ते घरातून निघाले; पण मन अगदी कठोर करत. त्यांना पाऊले उचलत नव्हती. पंतांची सारखी आठवण यायची. या मायेत त्यांना पुन्हा अडकायचे नव्हते. पण शेवटी ते माणूसच होते. वेड्या आईची वेडी माया ते जाणत होते. या जगात वाटेल ते पुन्हा मिळू शकते. पण आई? वडील? पुन्हा मिळत नाहीत.

उरलेली गोदाप्रदक्षिणा त्यांना आता करायची होती. गोदामातेचे सात ओघ सागराला मिळतात. त्यांना सप्त गोदावरी म्हणतात. तेथील सर्व विधी पूर्ण करून कुठेही न थांबता ते पुन्हा पंचवटीत पावन होऊन टाकळीत विसावले.

बारा वर्षे ते अखंड फिरतच होते. विश्रांती नव्हती. शिवाय श्वेत मारुतीमुळे त्यांना सारखे शैत्य होऊ लागले होते.

आता त्यामुळे टाकळीत राहून त्यांना पुढील विचार करायचा होता. एकांती

चिंतन करायचे होते.

त्यांची सारी व्यवस्था गोपीनाथने त्याच्या घरी केली होती. स्वामींनी संमती दिली. त्यामुळे रोज रात्री गोपीनाथ व उद्धवाबरोबर जागरणे चालूच होती!

टाकळीत गोदेच्या पलीकडे एक पुरातन शिवमंदिर होते. तेथे कुणीही फिरकत नसायचे. स्वामी दिवसा जाऊन तिथे चिंतन करीत. सारा देश त्यांनी पाहिला होता- ही देशस्थिती त्यांना बदलायची होती.

श्रीरामांनी अखेर त्यांना कृष्णातीरी जाण्याचा आदेश दिला.

शहाजीराजे हेच म्हणाले होते. स्वामी आता राजांचा शब्द पाळणार होते.

जय जय रघुवीर समर्थ!

* * *

उद्धव व गोपीनाथाचा निरोप घेऊन स्वामी कृष्णातीरी महाबळेश्वरला आले. ते आले, त्या दिवशी सोमवारच होता. त्यांनी मनोभावे महाबळेश्वराची पूजा करून आरतीही केली. हाती घेणार असलेल्या कार्यात यश मागितले होते.

महाबळेश्वराचा सारा परिसर जंगली होता. दाट झाडी. हिंस्र पशू. डोंगराच्या दाटीत लहान-लहान खेडी. वाटा दुर्गम. दऱ्या-खोऱ्यांचा मार्ग जादा. वनस्पती विपुल.

कृष्णेच्या उगमाजवळील प्राचीन शिवमंदिरातच त्यांनी मुक्काम ठोकला होता. जागा चांगली होती. तो सारा परिसर त्यांनी पाहून घेतला. गावात ते रोज सकाळी माधुकरी मागू लागले. ते फक्त पीठ घेत.

"जय जय रघुवीर समर्थ!"

हा जयघोष करून एखादा मनाचा श्लोक म्हणून मग ते माधुकरी मागत. गावकऱ्यांना हे सारे नवीन होते. चर्चा सुरू झाली सर्वत्र.

हा गोसावी वेगळा आहे! तेजस्वी दिसतोय!

गावातील दिवाकरभटाला देखील तसे आश्चर्य वाटले. स्वामींच्या नकळत मागे मागे जात त्याने त्यांचा दिनक्रम पाहिला. सारेच जगावेगळे होते. दिवाकर भट भारावून गेला होता. पहाटे अंगणातील एका टेकाडावर स्वामी चिंतन करीत बसत.

दिवाकर एकदा तेथे गेला. स्वामींची ओळख करून घेतली. स्वामी मनमोकळेपणे त्याच्याशी बोलले. त्येंनाही गावात ओळखी हव्या होत्या. तो रोज स्वामींकडे येऊ लागला. त्या परिसराची सगळी माहिती त्याने स्वामींना सांगितली.

एकदा एका खेड्यात स्वामी माधुकरीसाठी गेले जयघोष झाला. एक वृद्ध पीठ घेऊन आला, पीठ वाढले.

"बुवाजी," तो म्हणाला "एक इचारू का?"

"त्यात काय, विचारा की."

"आपण कोन म्हणायचं? आमच्या गरिबाच्या दारी कशापाय येताय?"

"मी एक साधा रामसेवक आहे." स्वामी हसून म्हणाले, "गरीब, श्रीमंत, जातपात हा भेदभाव मी करीत नाही. काही दिवस मी या भागात राहणार आहे. तोपर्यंत येणार."

"या की , त्यात काय!" तो म्हणाला,"माजं नाव उमाजी हाय. येत जा रोज."

दुसऱ्या दिवशी स्वामींनी उमाजीला तरुण पोरे गोळा करण्यास सांगितले!

पोरे गोळा होताच त्यांनी त्या मुलांना सूर्यनमस्कार घालून दाखविले व त्यांच्याकडून करून घेतले.

रोज उपक्रम सुरू झाला. त्यांतील एका बलदंड पोराला स्वामींनी प्रमुख नेमून रोज सकाळ-संध्याकाळ नमस्कार घालण्यास सांगितले.

दुसऱ्या दिवशी खंडोबा माळी भेटला. इतर गावकरीही होते.

"महाराज" खंडोबा म्हणाला "लई झकास काम जालं बगा. निवान्त बसनारी प्वारं नादाला लागली . आता काळजी नाय कसली बी."

"खंडोबा," स्वामी म्हणाले, "गावात लहान जागा पाहून एक तालीम बांधा. म्हणजे बलदंड पोरे तयार होतील. गावाला मग कुणाची भीती नाही."

"व्हय की." येशा धनगर म्हणाला, "लई अप्रुप जालं ह्ये काम."

स्वामींनी त्यांना तालमीजवळ मारुतीचे लहानसे मंदिर बांधण्यास सांगितले. हनुमानजयंती साजरी करण्याचे ठरविले.

त्यामुळे गावात सारे एकत्र येणार होते! गावावर संकट आले, तर प्रतिकाराला पोरे होती.

त्या खेड्याला नवी जाग आली.

बजरंगबली की जय!

* * *

आसपासच्या प्रत्येक खेड्यात अशा तऱ्हेची जाग आणण्याचे कार्य स्वामींनी चालू केले. त्यामुळे सर्वत्र स्वामींबद्दल आपुलकी वाटू लागली. त्यांचे विचार सर्वांना पटू लागले. लोकांची भीती कमी होऊ लागली.

महाबळेश्वर गावातही स्वामींच्या नव्या ओळखी दिवाकरामुळे वाढू लागल्या. ते माधुकरीला गेले, की लोक त्यांना थांबवून बोलू लागले. स्वामी सर्वांची चौकशी करू लागले.

११४ ○ दास संतुष्ट जाला

एके दिवशी सकाळी लवकर दिवाकरभट व त्याचा भाऊ अनंतभट स्वामींकडे आले. गप्प बसले.

"दिवाकर," स्वामी म्हणाले,"गप्प का बसला? काही घडले की काय?"

"तसे काही नाही."

"मग विचारा, काही मला."

"आम्हाला अनुग्रह हवाय." दिवाकर कसेतरी म्हणाला, "आम्ही रामभक्त आहोत."

स्वामींनी त्यांना अनुग्रह दिला. ही वार्ता लपून राहिली नाही. गावातील पुष्कळ जणांनी अनुग्रह घेतला.

"दिवाकर," एकदम स्वामी म्हणाले, "इथे एक मारुतीमंदिर बांधावे असे वाटू लागले आहे."

"चांगली गोष्ट आहे ही." दिवाकर म्हणाला,

"तशी गरजही आहे. शिवाय उत्सव साजरा करता येईल."

चांगली जागा पाहून लवकरच मंदिराचे काम सुरू झाले. खंडोबा माळ्यांच्या एका पाहुण्याकडे चांगली मूर्ती होती. ती त्यांनी आणून दिली.

प्रतिस्थापनेचा कार्यक्रम मोठ्या प्रमाणात पार पडला. आसपासच्या गावची मंडळीही उपस्थित होती. सर्वांना प्रसादाचे जेवण मिळाले. भटबंधूंनी हे कार्य पार पडले. दैनंदिन पूजेची व्यवस्था स्वामींनी अनंतभटाला दिली. रोज आरतीला गर्दी वाढू लागली.

भीमरूपी महारुद्रा
वज्र हनुमान मारुती!

* * *

सुखकर्ता दु:खहर्ता वार्ता विघ्नाची...
जयदेव जयदेव जय मंगलमूर्ती
दर्शन मात्रे मनकामना पूर्ती

महाबळेश्वराच्या जवळच थोड्या अंतरावरील जंगलात एके दिवशी सकाळी गणपतीची आरती सुरू झाली. पुष्कळ भाविक गोळा झाले होते.

एके दिवशी स्वामी दुपारीच सहज बाहेर फिरत फिरत जंगलात शिरले. तोच एकाएकी प्रचंड वादळ होऊन जोरदार पाऊस सुरू झाला. विजा कडकडू लागल्या. स्वामी एका झाडाखाली थांबले. वारा वाढला. समोरचे एक मोठे झाड एकदम उन्मळून पडले. त्या झाडाखाली एक मोठे वारूळ होते. झाडाच्या फांद्या त्या

वारुळात शिरल्या होत्या. झाड पडल्याने त्या फांद्या बाहेर पडून वारूळ मोकळे झाले. पाणी जोराने पडल्याने माती वाहून गेली! आत एक गणपतीची सुंदर मूर्ती होती! त्याखाली बांधीव ओटाही होता!

स्वामी पाहतच राहिले! त्यांचे हात नकळत जोडले गेले.

रात्री त्यांनी भटबंधूंना सांगितले. सकाळी पाच-सहा माणसांसह भटबंधू आले. स्वामी तयार होतेच. सारेजण त्या मूर्तीजवळ आले.

पाहता पाहता त्या सर्वांनी मिळून सफाई केली. सारे मोकळे केले. फांद्या, वेली तोडून टाकल्या.

काही दिवसांतच तेथे मंदिर उभे राहिले. त्याच मूर्तीची त्याच ठिकाणी स्वामींनी प्राणप्रतिष्ठा केली होती. पूजा झाली. स्वामींनी खास आरती केली होती ती स्वामींनी खड्या आवाजात घंटानादासह म्हणण्यास आरंभ केला.

--- *दास रामाचा वाट पाहे सदना*
    संकटी पावावे निर्वाणी रक्षावे सुरवरवंदना!
      जयदेव जयदेव ---

---स्वामींच्या मागे जमलेले सारे भाविक म्हणत होते. प्रसाद वाटला गेला. गणपतीसेवेसाठी स्वामींनी केशवभटांची निवड केली होती!

त्या दिवशी संकष्टी होती !!

* * *

अवचित झालेले गणपतीदर्शन व त्यानंतर तेथे उभे राहिलेले सुंदर मंदिर! ह्या घटनांचा स्वामी विचार करीत होते. गणेशाने स्वामींना प्रथम दर्शन दिल्याने कुठूनतरी येणारी आगामी संकटे नष्ट होणार होती. स्वामींनी हाती घेतलेल्या सर्व कार्याला गजाननाचा आशीर्वाद मिळाला होता. स्वामींची पुढील वाटचाल आता सुरू होणार होती! वार्ता विघ्नाची येणार नव्हती!

ज्या ज्या गावी स्वामींनी नमस्कार व इतर गोष्टी चालू केल्या होत्या, त्या सर्व गावांना वारंवार भेटून ते सारे पूर्ण करून घेण्याची कामगिरी स्वामींनी दिवाकरला सांगून टाकली.

स्वामींची ही आता येथून जाण्याची तयारी सुरू असल्याचे दिवाकरने ओळखले.

"स्वामी," दिवाकर गंभीरतेने म्हणाला, "आता येथून पुढे जाण्याचा विचार दिसतोय! आमचा कंटाळा आलाय का?"

"असे काही नाही, दिवाकरा." स्वामी म्हणाले, "माझे येथील कार्य आता संपले. ठरविलेले सारे पार पडले. आता मी वाईला जाणार. तेथेही काही दिवसच

आहे. तुला यावे वाटले, तर येऊन जा वाईला.''

दिवाकरने पुष्कळ आग्रह केला; पण स्वामी निघाले!

दुसऱ्या कृष्णातीराला!

* * *

''जय जय रघुवीर समर्थ!''

''माई, भिक्षा घाला– पीठ''

वाईच्या विविध भागांत एक गोरापान तेज:पुंज गोसावी रोज सकाळी येऊ लागला. तो फक्त पीठ घेई.

लोकांची उत्सुकता वाढू लागली. कोण असावा हा? कुठून आला? श्लोक म्हणण्याची पद्धती वेगळीच आहे. बोलणे गोड. वाईत चर्चा सुरू झाली. गोविंद थिटे, भास्कर चित्राव, शंकर पिटके वगैरे मंडळी एकत्र बसून बोलू लागली.

दुसऱ्या दिवशी माधुकरी मागून स्वामी परत जाण्यापूर्वी दोघेजण त्यांची वाट पाहत बसले होते. त्या दोघांनी त्यांना वंदन केले.

''बरे झाले तुम्ही आलात ते,'' स्वामी म्हणाले.

''मला ओळखी करून घ्यावयाच्या आहेत.''

''आमचीही हीच इच्छा आहे'' भास्कर म्हणाला.

''मी भास्कर चित्राव व हा गोविंद थिटे. आमची घरे जवळजवळ आहेत.''

''मी पाहिलंय तुम्हाला तुमच्या घरी,'' स्वामी म्हणाले, ''तुम्ही आतून माझ्याकडे पाहत होता.''

मग बराच वेळ स्वामी बोलत बसले. स्वामींनी येथे काय करायचे आहे. ते त्यांना खरे सांगून टाकले. त्यांनाही त्यांनी एक कामगिरी सांगितली.

त्या दोघांनी आनंदाने होकार दिला!

* * *

भास्कर आणि गोविंद नंतर सतत स्वामींच्या बरोबरच असायचे. वसंत पिटकेही येऊ लागला. स्वामी त्यांच्या घरी गेल्यावर थोडे थांबू लागले. परिचय वाढू लागला. भास्करचे गावात बरेच वजन असावे, असे स्वामींना वाटले.

स्वामींनी सांगतल्याप्रमाणे वाईतील तरुणांना या तिघांनी एकदा एकत्र आणले. स्वामींनी त्यांना सूर्यनमस्काराची माहिती दिली व स्वत: तसे करून दाखविले.

महाबळेश्वराप्रमाणे मग येथेही हा कार्यक्रम सुरू झाला. आसपासच्या खेड्यांतही असाच प्रकार स्वामींनी केला. तेथेही प्रमुखांना नेमले. व्यायामाचे महत्व ते अधूनमधून

सर्वांना समजावून सांगत.

स्वामी एकदा चिंतन करीत बसले असताना भास्कर एकटाच आला. महाबळेश्वरच्या गोष्टी निघाल्यावर दिवाकरभटासंबधी स्वामींनी त्याला सांगितले. तो त्याला ओळखीत होता.

''भास्कर,'' स्वामी म्हणाले, ''गावात एखादी तालीम कशी नाही तुमच्या?''

''तसा कुणी विचार केला नसेल, स्वामी.'' भास्कर म्हणाला, ''गरजही वाटली नाही. भीतीमुळे कुणी एकत्र येत नाहीत. ही खानमंडळी संशयी असल्याने कुणालाही पकडून नेतात.''

''ही भीतीच नको आहे'' स्वामी म्हणाले, ''त्यामुळे माणूस खचून जातो, एकटा पडतो.''

''मग करणार काय?'' भास्कर म्हणाला,

''राज्य त्यांचे आहे. ते म्हणतील ती पूर्व दिशा. म्हणतील तो कायदा!''

''त्यासाठीच हिंदूंना एकत्र यायला हवे.'' स्वामींनी हळूच विषयाला हात घातला, ''संघटना केली पाहिजे. पराक्रमी दैवतांची उपासना करायला हवी. ध्येय हवे एखादे, तरच सुधारणा होईल.''

स्वामींनी मग श्रीराम व हनुमान मंदिरांचे सांगितले. शिवाय बरंच काही ते बोलून गेले. भास्कर चित्राव आश्चर्यचकित झाला. हा गोसावी वेगळा आहे, हे प्रथमपासूनच त्याला वाटत होते. जे वाटले होते, ते खरे ठरले.

त्याचे व गोविंदाचे तसे बोलणेही झाले होते. हा गोसावी पोटभऱ्या नाही, असे गोविंदाही म्हणाला होता. आत्ता तो असायला हवा होता, असे भास्करला पुन्हापुन्हा वाटले.

ही एक नवी प्रेरणा होती!

* * *

घाटावरच्या नमस्कारांचे प्रमाण व पोरेही वाढू लागली. सर्व जाती-जमातींची पोरे एकत्र येत होती. रोज त्यात भर पडत होती. व्यायामाची गरज सर्वांना वाटू लागली होती. स्वामींनी व्यायामाची महती सांगितल्यामुळे त्याचा प्रचार झाला होता.

स्वामींच्या असे लक्षात आले, की पुष्कळ मुलांना पोहता येत नाही! मग स्वामींनी पुष्कळांना विचारले. बहुतेकांना पोहता येत नव्हते. स्वामींनी एकदा सर्वांना पोहून दाखविले. त्यातील महत्त्वाच्या गोष्टी समजावून सांगितल्या. काळजी कोणती घ्यावयाची, बुडत्याला कसे वाचवायचे, हेही सांगितले.

ज्यांना पोहता येत होते, अशी मुले एकत्र करून त्यांना पुन्हा सारे समजावून

सांगितले. त्यांना गटप्रमुख करून त्यांच्या ताब्यात मुले वाटून दिली.

दुसऱ्या दिवशीपासून पोहणे शिकवणे सुरू झाले. काही दिवस स्वामी तेथे मुद्दाम उपस्थित राहून काही सूचना देत. त्यामुळे सर्वांची भीती गेली. रोज नवीन पोरे शिकण्यासाठी येऊ लागली. तरबेज होऊ लागली.

ज्यांचे पाठांतर चांगले आहे, त्यांना स्वामी रोज मनाचे श्लोक खणखणीत आवाजात सांगू लागले. पाठ करून घेऊ लागले. पाठांतरासाठीही गर्दी होऊ लागली.

पहाटेपासून पोरे घाटावर गुंतली. त्याचा परिणाम त्यांच्या तब्येतीवर होऊ लागला. बलदंड पोरे उठून दिसू लागली. कुणी आजारी पडले, तर स्वामी त्यांना औषधे सांगू लागले. स्वत: करून देऊ लागले.

घाटावरच्या ह्या उपक्रमांची चर्चा गावभर सुरू झाली होती. सर्वत्र स्वामींचाच विषय ऐकू येऊ लागला. स्वामींनी आपल्या घरी यावे, असे पुष्कळांना वाटू लागले. पण तसे स्वामी कुणाच्या घरी माधुकरीशिवाय जात नसत. काहीही खात नसत. अगदीच आग्रह झाला, तर एखादे फळ खात. रात्री जेवीत नसत.

भूमीवर पडताच त्यांना रोज लवकर झोप येत नसे. अनेक गोष्टींची पूर्व तयारी मग सुरू व्हायची. वाईत आल्यापासून त्यांनी ठरल्याप्रमाणे सर्व गोष्टी चालू केल्या होत्याच. बलदंड शरीरातून कणखर मने त्यांना तयार करायची होती. हिंदूंना 'हिंदू' म्हणून जगता यायला पाहिजे, ही त्यांची मनोकामना होती. हिंदूंना त्यांचे सणवारदेखील साजरे करता यायचे नाहीत, ही त्यांची व्यथा होती. एवढेच नव्हे तर त्यांना पोषाखदेखील मुसलमानी पद्धतीचा घालावा लागे! यास काही हिंदू भूषण समजत.

शहाणे करावे जन! पतित करावे पावन!

* * *

वाईचा खान खरोखरच अस्वस्थ झाला. त्याच्या कानावर वाईत आलेल्या या नव्या गोसाव्याच्या अनेक गोष्टी गेल्या. जाऊ लागल्या. त्यात अफवाही पुष्कळ होत्या. गावोगाव खानाचे हिंदू फितूर असतच. वाईतही होते. त्यांचाच हा उद्योग होता. स्वामींच्यावर करडी नजर ठेवली जाऊ लागली. सगळीकडे नजरबाज वाढले!

स्वामींच्या लक्षात ही गोष्ट आली. हे संकट येणार हे त्यांना माहीतच होते. कारण सर्व गोष्टी जगजाहीर चालू होत्या. गुपचूप काहीही नव्हते किंवा अंधारातही नव्हते. एक ना एक दिवस हे खानाच्या कानावर जाणारच.

भास्कर चित्रावने एकदा त्यांना वाईच्या खानासंबंधी सांगितले होते. खानावर काही महिन्यांपूर्वी हिशेबाचे संकट आले होते. हिशेबात काहीतरी घोटाळा होता.

त्यासाठी विजापूरहून चौकशी चालू होती. खान संकटात होता. चांगलाच घाबरला होता.

त्याच्याकडे नोकरीला असणाऱ्या बऱ्याच जणांनी खानाला भास्करचे नाव सुचविले होते. तो हिशेबात पक्का होता. वाईतील एका प्रसिद्ध सावकाराकडे तो हिशेब लिहिण्याचेच काम करायचा.

खानाची माणसे भास्करच्या घरी त्याला नेण्यासाठी येताच एकच गोंधळ उठला. खानाचे बोलावणे! म्हणजे शेवटच! रडारड चालू झाली; पण कुणीच ऐकत नव्हते. खानाच्या माणसांनी भास्करला अखेर नेलेच.

संध्याकाळी भास्कर घरी हसतच परत आला! खानाचे चुकलेले हिशेब त्याने काही वेळातच व्यवस्थित करून दिले. बरोबर मेळ बसला जमा-खर्चाचा.

तो कागद घेऊन खानाची माणसे लगेच विजापूरला गेली! भास्कर घरी येताच खानाकडून त्याला 'नजराणा' आला! चांदीच्या ताटात भरपूर सोने!

वाईत हे प्रथमच घडत होते. खानाचा असा 'प्रसाद' मिळाल्याची चर्चा गावभर चालू होती.

बोलावल्याप्रमाणे भास्कर आलेला पाहून स्वामी म्हणाले, "भास्कर, खानाला माझ्याबद्दल काहीतरी शंका आलीय. त्याचे नजरबाज सारखे माझ्या मागावर आहेत. मंदिराबाहेरदेखील असतात. म्हणून तुला या निर्जन जागी बोलावले आहे. मी सगळी काळजी घेतलीय. कुणालाही समजणार नाही हे. तू खानाचा बंदोबस्त करशील, याबद्दल माझी खात्री आहे."

आणि घडलेही तसेच. भास्करने काम फत्ते केले. सारे नजरबाज एकदम गायब झाले! स्वामी बादशहाविरुद्ध किंवा मुसलमान धर्मविरूद्ध काहीही बोलत नाहीत किंवा सांगत नाहीत. ते फक्त मुलांना व्यायाम शिकवतात, ईश्वराची प्रार्थना करितात. काळजीचे काहीही कारण नाही!

खानाने तूर्त विश्वास ठेवला!

परंतु अत्यंत गुप्तपणे त्याचे लक्ष स्वामींच्या हालचालीवर होतेच.

त्यासाठी त्याने एका हिंदूची नेमणूक केली होती!!

* * *

वाईच्या घाटावर स्वामी आता फारसे जात नसत. गटप्रमुखांचा सारा कारभार व्यवस्थित चालू होता. जवळपासच्या खेड्यांतही तीच परिस्थिती होती. राहिलेल्या काही जवळच्या गावांत ते जाऊ लागले होते.

माधुकरीच्या निमित्ताने वाईतील अनेक कुटुंबाची माहिती त्यांना झाली. त्यांचे काही प्रश्नही ते सोडवू लागले. कोणी आजारी असल्यास ते औषधे सांगू

लागले, देऊ लागले. काही औषधे ते वसंत पिटक्याला तयार करण्यास सांगू लागले. त्या त्या घरी तो नेऊन देई. पिटक्याच्या घरी वैद्यकी होतीच.

त्याला काही वनस्पतींची माहिती नव्हती. स्वामींनी ती त्याला दिली. त्या परिसरात त्या कोठे आहेत, हेही दाखविले. स्वामी इथून पुढे गेल्यावर आता त्याचे काही अडणार नव्हते.

मल्हारशास्त्री देशपांड्यांच्या घरी ते एकदा माधुकरीसाठी गेले. कीर्तने व प्रवचने त्यांची सर्वत्र चालू असत. त्यांचा मुलगा श्रीपाद सारे शिकला होता. शास्त्रीबुवा त्याला आता अभंग चालीत शिकवत होते. पण त्याला ते जमत नव्हते.

माधुकरी मिळाल्यावर स्वामी जरा थांबले. ''स्वामी,'' शास्त्रीबुवा म्हणाले, ''अजून काही हवंय का?''

''नाही, नकोय.'' स्वामी म्हणाले, ''एक विचारू का?''

''विचारा की, त्यात काय?''

''आपल्या मुलाला मी गायनकला शिकवू का? म्हणजे त्याला अभंग चांगले म्हणता येतील.'' स्वामी म्हणाले, ''मला सर्व रागदारीची माहिती आहे.''

''वा! फारच छान झाले.'' शास्त्रीबुवा हसून म्हणाले, ''सोन्याहून पिवळे होईल. मला हाच प्रश्न पडला होता. मी पारंपरिक चालीत शिकवत होतो.''

श्रीपाद दुसऱ्या दिवशीपासून स्वामींकडे जाऊ लागला. स्वामी रोज त्याला वेळ सांगत. त्याला लवकर शिकता येईल, अशा तऱ्हेने स्वामी त्याची तयारी करून घेऊ लागले. तो लगेच आत्मसात करायचा. एकच अभंग विविध चालींत कसा म्हणायचा, हेही त्याला माहीत झाले. त्याचा आवाज फारच गोड होता.

''विठ्ठल विठ्ठल गजरी
अवघी दुमदुमली पंढरी''

हा चोखोबांचा अभंग तो भैरवीत उत्तम म्हणायचा.

कीर्तन तर त्यांच्या घरातच होते. पण स्वामींनी त्यातले काही धडे त्याला दिले.

''स्वामी'' मधुकरीस गेले असताना शास्त्रीबुवा म्हणाले, ''श्रीपाद चांगला तयार झाला. फार उपकार झाले.''

''शास्त्रीबुवा,'' स्वामी हसून म्हणाले, ''यात उपकार कसले? हे माझे कर्तव्यच होते. जे जे आपणासी ठावे ते दुसऱ्यासी शिकवावे. आता त्यालाही इतरांना शिकविता येईल. यातच खरा आनंद मिळतो. ज्ञानेश्वरांना स्वत:चा संसार नव्हता; पण 'अवघाची संसार सुखाचा करीन', ही त्यांची मनोधारणा होती. त्यायोगे 'आनंदे करीन तिन्ही लोक' हा त्यांचा ध्येयवाद होता. हे प्रत्येकाला जमले तर सारा

समाज सुखी होईल.''

जय जय रघुवीर समर्थ!

* * *

स्वामी माधुकरीसाठी निघणार, तोच शास्त्रीबुवा त्यांच्याकडे आले.

''या शास्त्रीबुवा,'' दारातून पुन्हा आत जात स्वामी म्हणाले, ''कशी काय आठवण झाली आमची?''

मल्हारशास्त्री अनुग्रहाबद्दल बोलले. तो त्यांना हवा होता. आज चांगला मुहूर्त होता. त्यांच्या घराण्यात रामाची उपासना होतीच.

स्वामींनी त्यांना अनुग्रह दिला. श्रीपादच्या आईलाही हवा होता. पुन्हा चांगला मुहूर्त पाहून त्यांना घेऊन येईन, असे शास्त्रीबुवा म्हणाले.

ही वार्ता साऱ्या वाईत पसरली. त्याचा परिणाम लगेचच झाला. स्वामींकडे रीघ लागली. भास्कर चित्राव, गोविंद थिटे, शंकर पिटके व त्यांच्या आई-वडिलांनीदेखील अनुग्रह घेतला. स्वामींचा वाईतील शिष्यवर्ग वाढू लागला.

काही जण 'रामदासी' बनण्यासाठी तयार झाले. मात्र त्यासाठी कठोरपणे निवड करावी लागत होती. ते येऱ्यागबाळाचे काम नोहे! त्यासाठी काही शिक्षणही द्यावे लागत होते. मठाधिपती व महंतांची निवड त्यांनी याच प्रकारे केली होती.

या रामदासींना स्वामींनी खेडी वाटून दिली. गुप्तपणे काय करायचे, हेही सांगितले. त्यांनी त्यांच्या या संप्रदायाची वीस लक्षणे विचार करून ठरविली होती. त्यानुसार त्यांना आचरण करावे लागायचे.

सर्व खेड्यापाड्यांतून रामदासींचा संचार सुरू झाला. 'जय जय रघुवीर समर्थ', हा जयघोष दुमदुमू लागला.

एकदा भास्कर, गोविंदराव व शंकर तिघेही मिळून असताना स्वामींनी मारुतीमंदिराचा विषय काढला. त्याची आवश्यकता पटवून दिली.

''स्वामी,'' भास्कर म्हणाला, ''हे कार्य आपण आम्हाला पूर्वीच का नाही सांगितले? आतापर्यंत मंदिर पूर्ण झाले असते.''

''आम्ही तिघेही कामाला लागते, स्वामी आता,'' गोविंदा म्हणाला, ''वर्गणी निश्चित गोळा होईल. शिवाय दरवर्षी हनुमानजयंती उत्साहाने साजरी करता येईल.''

कृष्णातीरीच एका उंच ठिकाणी मंदिर बांधून पूर्ण झाले. त्यात रोकडोबाची स्थापना स्वत: स्वामींनी केली. साऱ्या वाईत उत्साहाचे वातावरण निर्माण झाले होते.

खानाचे हेर अस्वस्थ होत होते. पण खान लक्ष देत नव्हता. त्याचा भास्करवर विश्वास होता!

त्याच रात्री मारुतीपुढे स्वामींनी श्रीपादचे कीर्तन ठेवले. प्रचंड गर्दी झाली. स्वामी स्वत: अगदी समोरच बसले होते.

एक तास सुंदर कीर्तन झाले. अभंग इतके गोड गायले, की वाईकर भारावून गेले. मल्हारशास्त्रींना आसमान ठेंगणे झाले!

* * *

मल्हारशास्त्री देशपांडे एक दिवस सकाळी सकाळीच स्वामींकडे आले. त्यांच्याबरोबर एक गृहस्थ आले होते. ते वाईचे नसावेत!

''स्वामी'' देशपांडे म्हणाले, ''हे माहुलीहून आलेत. दत्तोपंत पाठक. आमचे जवळचे पाहुणे आहेत. आपली कीर्ती त्यांच्या कानावर गेल्यामुळे ते आपणाला भेटण्यास आले आहेत.''

''ही गोष्ट फार चांगली झाली.'' स्वामी म्हणाले, ''माझाही विचार माहुलीलाच जाण्याचा होता. कालच मला भास्करने माहिती दिली होती माहुलीची. त्यामुळे मला आता अडचण काहीच येणार नाही. जणू श्रीरामानेच त्यांना पाठविले!''

''उगाच मोठेपणा देताय, स्वामी मला तुम्ही'' दत्तोपंत नम्रतेने म्हणाले, ''मी एक साधा भाविक आहे. आपण माहुलीला अवश्य या. कृष्णा व वेण्णाचा सुरेख संगम तेथे आहे.''

दत्तोपंत बराच वेळ बोलत बसले होते. मल्हारपंत केव्हाच गेले होते. लवकरच माहुलीला येण्याचे आश्वासन स्वामीनी त्यांना दिले!

स्वामींसारखा तेज:पुंज रामभक्त ते प्रथमच पाहत होते!

* * *

माहुलीला परत जाईपर्यंत दत्तोपंत स्वामींकडे तीन-चार वेळा येऊन गेले. रात्री स्वामी अगदी निवान्त असतात, हे त्यांना माहीत झाले होते. रोज काहीतरी नवीन विषयावर चर्चा व्हावयाची.

दत्तोपंतांनी स्वामींना निगडीच्या रंगनाथस्वामींची माहिति सांगितली. त्यांची भेट नुकतीच झाली होती. त्यांच्याबरोबर जयरामही होते.

''पंत'' स्वामी म्हणाले, ''मी तीर्थयात्रेत असताना या दोघांशीही माझी ओळख झाली होती. विशेषत: हे रंगनाथ मला फार वेगळे वाटले. त्यांची राहणी व स्वरूप पाहण्यासारखे आहे.''

''स्वामी,'' पंत म्हणाले, ''मलाही तसेच वाटते. त्यांचे कीर्तन ऐकण्याचा योग मला नुकताच आला. त्यामुळे ते विशेष लक्षात आहेत. या दोघांचेही शिष्य ह्या

भागात हिंडत असतात. भागानगरचे केशव स्वामीही त्यांच्याकडे येतात. त्यांचे विशेष म्हणजे त्यांचा बराच शिष्यवर्ग यवन आहे.''

''मी नाशिकला असताना भागानगरचा एक केशव मला भेटला होता.'' स्वामी काहीसे आठवीत म्हणाले, ''बहुतेक तोच असला तर चांगला योग येईल. ब्रह्मनाळचा आनंदमूर्ती मला भेटला होता. तोही याच भागात कोठेतरी असावा. ही सारी मंडळी आता भेटायला हवीत.''

''खराय.'' दत्तोपंत म्हणाले, ''आता सगळ्यांनी एकत्र यायचे दिवस आलेत.''

''वा! दत्तोपंत,'' स्वामी आनंदून म्हणाले, ''तुम्ही आत्ता जे बोललात, तेच घडणे आवश्यक आहे.''

मग स्वामींनी ह्याबद्दल बरेच सांगितले. शहाजीराजांची गाठभेट झाली, हे समजताच दत्तोपंतांना आश्चर्यच वाटले.

''स्वामी,'' दत्तोपंत त्यांना वंदन करीत म्हणाले, ''आपण निश्चित वेगळे आहात. माझे दैव मोठे म्हणून आपली भेट झाली.''

''पाठक,'' स्वामी म्हणाले, ''हा योगायोग नाही. हे घडणारच होते. आपल्याला अजून पुष्कळ करायचे आहे!''

तोच श्रीपाद धापा टाकीत आला. त्याला धड बोलता येत नव्हते!

''स्वामी,'' तो म्हणाला, ''निगडीचे रंगनाथस्वामी देशपांडे आत्ताच आमच्या घरी आले आहेत. आपण येथे आहात हे त्यांना सांगताच त्यांनी आत्ता मुक्काम करण्याचे ठरविले आहे. उद्या पहाटे ते आपणाकडे येतील.''

''स्वामी,'' दत्तोपंत म्हणाले, ''अपूर्व योगायोग आहे हा. नव्हे, हे घडणारच होते!''

ते दोघे गेल्यावर स्वामींना लवकर झोप येईना.

सारे विचार रंगनाथांचेच होते!

* * *

''या रंगोबा,'' स्वामी म्हणाले, ''रात्रीपासूनच वाट पाहतोय आम्ही. आपलाच विषय चालू होता. काय दत्तोपंत?''

''खराय स्वामी,'' दत्तोपंत म्हणाले, ''आपण येणार याची जणू चाहूलच लागली होती.''

''खरोखर तसेच घडलंय.'' रंगनाथ स्वामी निगडीकर म्हणाले, ''स्वामींची व आमची गाठ पडल्यावर अनेक वेळा माझ्या मनात त्यांच्या भेटीचेच विषय होते. तो योग अचानक आलाय.''

नंतर पुष्कळ गप्पा रंगल्या. अर्थात साऱ्या तीर्थयात्रेतीलच होत्या. स्वामींनी काहीही वगळले नाही. या स्पष्टोक्तीमुळे रंगनाथस्वामी वेगळा विचार करू लागले. त्यांना हे सारे नवीन होते. स्वामींचे विचार हे विचार करण्यास लावणार, असे त्यांना वाटू लागले.

स्वामी माहुलीला जाण्यास निघणार असल्याचेही रंगनाथांना समजले. त्यामुळे लवकर उठणे आवश्यक होते.

''स्वामी,'' रंगनाथ स्वामी निगडीकर म्हणाले,

''भागानगराहून केशव बहुतेक लवकर येणार आहे. तसा निरोप आलाय. तो जर आलाच तर माहुलीला घेऊन येईन त्याला.''

''अवश्य यावे.'' स्वामी म्हणाले, ''आता काहीतरी वेगळे आपणाला करावे लागणारच आहे, हे निश्चित. मी सारखा तोच विचार करीत आहे. माहुली हे योग्य ठिकाण आहे. जवळच जरंडा डोंगर आहे. तेथे भरपूर एकान्त आहे. दत्तोपंतांनी सारे सांगितले आहे मला.''

''येथे खानाची करडी नजर आहे, स्वामींच्यावर.'' दत्तोपंत म्हणाले, ''त्यामुळे येथून लवकर निघालेले चांगले.''

अजून काही बोलणी होताच ते निघाले. दत्तोपंतही माहुलीकडे जाणार होते रंगनाथस्वामी निगडीला जाण्याच्या तयारीला लागले. त्यांचा घोडा तयारच होता!

स्वामींना माहुलीत काही रामदाशांची गरज होती.

स्वामींनी हे भास्करला व गोविंदला सांगितले होते!

केल्याने होत आहे रे!

आधी केलेचि पाहिजे!

* * *

माहुलीचे मोहक स्वरूप पाहून स्वामी हरखून गेले. निसर्गाचा वरदहस्त येथे मुक्तपणे होता. इथली कृष्णा मात्र त्यांना वेगळी वाटली.

दत्तोपंत पाठक व त्यांचा मुलगा राम सारखे त्यांच्याबरोबरच होते. भास्करने लगेचच बरेच रामदासी माहुलीला पाठविले होते. नंतरही काही येणार होते.

रामदासींना एकत्र आणून काही अति महत्त्वाच्या सूचना स्वामींनी पुन्हा दिल्या. त्यांना त्यांची सर्व कामे वाटून दिली. सार्वजनिक नमस्कार या दोघांवर सोपवून त्यांनी लगेच ते चालू करण्यास लावले. बाकीच्यांना सूर्यनमस्कारासाठी शेजारची गावे वाटून दिली. रात्री सर्व रामदासी स्वामींना त्यांच्या कार्याची माहिती सांगत.

माधुकरीच्या निमित्ताने माहुलीत स्वामी व त्यांचे रामदासी घरोघर जाऊ लागले. ''जयजय रघुवीर समर्थ'' हा जयघोष सर्वत्र दुमदुमू लागला. माहुलीकरांना हे सारे नवीनच होते. त्यामुळे सर्वत्र चैतन्य पसरले. स्वामींविषयीची उत्सुकता वाढू लागली.

उजाडण्यापूर्वीच एकदा स्वामी जरंडा डोंगर चढू लागले. धूसर प्रकाश पडू लागला. हळूहळू जरंडाने आपली मोहमयी निसर्गसंपन्नता दाखविण्यास आरंभ केला. वनस्पतींचा हा ऐश्वर्यसंपन्न खजिना पाहून स्वामी हरखून गेले. जरंड्याचा इतिहास रामायणकाळापासून त्या भागात सांगितला जात होता! तो ऐकून स्वामींना माहीत झाला होता. त्याचे प्रत्यंतर त्यांना आलेच.

या प्रसन्न वातावरणात विलक्षण चैतन्यमय झालेले स्वामी मारुतीमंदिरी आले. मनोभावे दर्शन घेतले. त्यांच्या अंगावर शहारे आले! जणू काही श्वेत मारुतीचीच आठवण झाली स्वामींना! महाबळेश्वरी दिवाकरभटाने ही जरंड्याची महती सांगितली होती. त्या मारुतरायांनीच अखेर स्वामींना येथे आणले!

परत येताना स्वामींना औषधी वनस्पतींचा अनमोल ठेवा स्पष्टपणे दिसला. काही वनस्पती अत्यंत दुर्मीळ होत्या. त्या प्रथमच त्यांना ह्या भागात दिसत होत्या.

नंतर माधुकरीसाठी जाताना त्यांना ग्रामवैद्य गंगाधरशास्त्री बोकील भेटले. त्यांना स्वामींनी नव्या वनस्पतींची कल्पना दिली. त्यांतील काही त्याना लगेचच त्यांना दिल्या. नंतर स्वामी त्यांना डोंगरावर नेऊन ती संपदा दाखविणार होते.

स्वामी कृष्णाकाठी मंदिरात राहिले होते. डोळ्यांसमोर सातत्याने कृष्णामाई वाहत होती. तो गारवा मनोहारी वाटत होता. स्वामी येथे सुखावले होते. कृष्णामाईने त्यांना ही नवीन दुनिया दाखविली होती.

त्यांना एकदा अवेळीच जाग आली. रात्र संपायची होती. नदीवर चंद्राचा देदीप्यमान प्रकाश पडला होता. ते स्वरूप नेत्रांत साठवू लागले... स्नान करता करता... त्यांच्या मुखातून कृष्णामाईची आरती सुरू झाली---

सुखसरिते गुणभरिते दुरिते निवारी ।
निःसंगा भवगंगा चिद् गंगातारी ।
श्रीकृष्णे अवतार जलवेषधारी ।
जलमय देहे निर्मल साक्षात हरि ।
जयदेवी जयदेवी जय माय कृष्णे ।
आलो तुझिया उदरा निरसी मम तृष्णे!!---------------

रामदास त्यांची वंदी पाऊले !!

* * *

नेमके दत्तोपंत त्या वेळी आले! त्या आरतीच्या तालावर त्यांनी टाळ्या वाजविल्या. त्या वेळी त्यांच्याबरोबर आणखी एकजण होते. "दत्तोपंत," स्वामी म्हणाले, "इतक्या लवकर आज कसे?"

"आपण ही दैवी आरती करणार, हे मला समजले होते. त्यामुळे यावे लागले."

"हे बरोबर कोण आहेत?"

"हे कोरेगावचे भीमराव बर्गे आहेत." दत्तोपंत म्हणाले, "माझे बालमित्र आहेत. तुमची कीर्ती ऐकून मुद्दाम आलेत."

भीमरावांनी स्वामींना वंदन केले व ते म्हणाले, "स्वामी, अवश्य यावे. कोरेगावी पुष्कळजण वाट पाहत आहेत आपली."

"अवश्य येऊ." स्वामी हसून म्हणाले "आपणासारख्या सहकाऱ्यांची आज गरज आहे."

दत्तोपंतांनी नंतर भीमरावांची अधिक माहिती सांगितली. कोरेगावात त्यांची पुष्कळ भावकी होती. भीमरावांना सारेजण मानत होते.

"भीमराव," स्वामी म्हणाले, "आपली ओळख झाली हे अगदी वेळेवर झाले. आपण तरुणांना कुस्त्या शिकविता, हे पाहून मला मनस्वी आनंद झालाय. आज प्रत्येक गावात पैलवान तयार झाले पाहिजेत. आता येथे आलाच आहात, तर येथील तरुणांनाही तयार करावे."

"जशी आपली इच्छा." भीमराव हसून म्हणाले, "हे माझे कर्तव्यच आहे. आजच चालू करतो."

स्वामींना आणखी एक नवा उपक्रम मिळाला!

* * *

दिवसेंदिवस स्वामी सारखे जरंड्यावर जाऊ लागले. तेथील आकर्षण चांगलेच वाढले. अखेर ते तेथे मुक्कामाला जाऊ लागले. भल्या पहाटे माहुलीत येत. सायंकाळी परत जात. काही वेळा लवकरही परतायचे. चिंतनासाठी तेथे अगदी निवान्त असायचे.

शिवाय त्यांना पुढील अनेक गोष्टींची तयारी करायची होती. त्यासाठी एकान्त हवा असायचा. येथून कोठे जावयाचे, हाही एक प्रश्न होता. माहुलीतील कार्य अजून चालूच होते.

एक दिवस स्वामी जरंड्याहून येण्यापूर्वीच रंगनाथस्वामी व केशवस्वामी भागानगरकर माहुलीत आले. रंगनाथांनी तसे स्वामींना तेव्हा सांगितलेच होते. ते तडक

दत्तोपंतांच्या घरी आले.

कृष्णास्नान व दर्शनाचा नित्यनेम होताच स्वामी पंतांच्या घरी आले. दारात उमदे घोडे पाहताच स्वामींना कळून चुकले!

"रंगोबा आहेत ऽ काय ऽ?"

"याऽयाऽ, स्वामी." रंगोबा दारातून येत मोठ्याने म्हणाले. त्यांच्या पाठोपाठ केशवस्वामीही आले.

"या केशवस्वामी," रामदास हसून म्हणाले, "आपली नाशकात भेटी जाहली होती." केशवस्वामींनी स्वामींचे चरण धरून वंदन केले.

"आपण येणार असल्याचे रंगोबांनी सांगितले होते." स्वामी म्हणाले, "त्यामुळे आम्ही रोज वाटच पाहत होतो. आलात ते उत्तमच झाले."

रंगोबांनी नंतर केशवस्वामींची अधिक माहिती सांगितली. ते मूळ कल्याणी येथील. तेथून नंतर ते भागानगरला गेले. तेथे मठ बांधून त्यांचे कार्य चालू झाले.

ज्या मुचकुंदा (मुसा) नदीच्या परिसरात ते वावरत, तेथे रंगारी (रंग्रेज) समाज फार मोठ्या प्रमाणात होता. भागानगरापासून तंजावरपर्यंत केशवांचा संचार असायचा. यवनशिष्य बरोबर असत. त्यामुळे त्यांना कसलाही उपद्रव व्हावयाचा नाही. अंबर हुसेन हा त्यांचा प्रमुख यवनशिष्य होता. तो गीतेवर प्रवचने करायचा!

"केशवस्वामी," स्वामी म्हणाले, "तुमचे कार्य अपूर्व आहे. यवनशिष्यांचा आपण फायदा घेतला पाहिजे. त्यामुळे चांगले कार्य होईल."

"म्हणूनच आलो आहोत आम्ही आपणाकडे." रंगनाथ म्हणाले, "आपण समर्थ आहात. म्हणून आजपासून आम्ही आपणास 'समर्थ' म्हणणार आहोत. आपण मात्र आम्हास 'अहो जाहो' असे म्हणून दुरावा निर्माण करू नये. आलेली जवळीक अधिक वाढावी. आता जयरामांना व आनंदमूर्तींनाही बोलावून घेतो म्हणजे सगळ्यांच्या भेटी होतील"

"रंगोबा" समर्थ म्हणाले, "ही कल्पना फारच चांगली आहे. या निमित्ताने आणखी काही साधुसंतांना बोलविता येईल आपल्याला!"

"वा! चांगली आहे कल्पना समर्थांची" केशवस्वामी म्हणाले, "मलाही असेच वाटत होते."

"देहूच्या तुकोबांना बोलवावे." रंगोबा म्हणाले, "ते निश्चित येतील. पंढरीमुळे त्यांचा व माझा जुना परिचय आहे. मी देहूलाही जाऊन आलोय त्यांच्याकडे."

"अवश्य बोलवा त्यांना" समर्थ म्हणाले, "मीही पंढरीत त्यांच्याबद्दल फार ऐकलंय. त्यांच्या वाणीत अमृताची गोडी आहे."

नंतर पुष्कळ चर्चा होऊन अनेक निर्णय घेतले गेले.

"आता फक्त एकच राहिले." समर्थ म्हणाले, "आपण विनाकारण एकत्र आलो तर शंका येईल. त्यासाठी माहुलीत मारुतरायांचे मंदिर बांधावे. त्या प्राण प्रतिष्ठेसाठी सर्वांना बोलवावे. नांदगिरीच्या प्रचंड गुहेत आपण एकत्र बसू. कोणीही तेथे पोचणार नाही!"

नंतर आणखी पुष्कळ चर्चा झाली. समर्थांची माधुकरीची वेळ झाली होती... त्यांनी पाठकांच्या घरापासून आज सुरुवात केली.

* * *

"चांगली गोष्ट आहे ही" दत्तोपंत म्हणाले, "माहुलीत मारुतराय असले पाहिजेत. नाहीतरी जरंड्यावर रोज कुणाला जाण्यास जमणार आहे?"

"आपण मनावर घेतले तरच हे साधणार आहे." समर्थ म्हणाले, "मला वेळ मिळणारच नाही."

"मी निश्चित पूर्ण करीन मंदिर." दत्तोपंत म्हणाले "म्हणजे उत्सवाला आणखी एक पर्वणी होईल. दत्तजन्म होतोच आहे. शिवाय कृष्णामाईची आरती ऐकल्यापासून तिचाही उत्सव नव्याने चालू करावा' असे मला वाटू लागले आहे."

"आपल्या साऱ्या महत्त्वाकांक्षा पूर्ण करण्यास मारुतराय समर्थ आहेत." समर्थ म्हणाले, "अवश्य सारे पूर्ण करा."

समर्थांनी सांगितल्याप्रमाणे मंदिर खरोखरच पूर्ण होत आले. त्यामुळे त्यांची गडबड उडू लागली. दत्तोपंतांना विश्रांती मिळेना. रंगोबांचे शिष्य सर्वत्र निरोप देण्यासाठी निघू लागले. प्रत्येकाला घोडा होता.

केशवस्वामी भागानगराहून सकाळी निघून सायंकाळपर्यंत निगडीला पोचत! हे प्रचंड अंतर ते विलक्षण गतीने पार पाडीत.

माहुलीतील ही सारी तयारी कमालीच्या गुप्ततेने चालू होती. माहुली मुख्य रस्त्यावरच होते. त्यामुळे खानाचे हेर सर्वत्र फिरत असायचे. गोसावी बनूनदेखील यायचे!

समर्थ जरंड्यावर बसून सारी यंत्रणा राबवीत असत. उरल्या वेळेत चिंतन करायचे. नाना विचारांचा कल्लोळ असायचा! ते रात्री असेच बसले होते. मध्यरात्र होत आली होती. काळोख दाटला होता. चवथीची चंद्रकोर चमकू लागली होती!

"समर्थ..."

"कोण पंत?"

"होय, स्वामी."

"अशा अवेळी आलात?" समर्थ गोंधळून म्हणाले,

"सायंकाळी तर गाठ पडली आपली!"

''आपण इकडे आल्यावर वाईच्या खानाचा तळ माहुलीत पडलाय.'' दत्तोपंत तशा काळोखात इकडेतिकडे पाहत हळूच म्हणाले, ''तो केव्हा हलेल याचा काहीही नेम नाही''

''पहाटे मी आलो असतोच की'' समर्थ म्हणाले, ''उगाच फार तसदी घेतली आपण अंधारात पंत. त्या खानाची कसलीही चिंता करू नका. भास्कर चित्रावला बोलावून आणण्यास कुणालातरी तातडीने वाईला पाठवा. उद्या केशवस्वामी येतील. त्यांचे पुष्कळ यवनशिष्यही येणार आहेत. त्यामुळे सारे प्रश्न मिटतील.''

''आत्ता जिवात जीव आला माझ्या'' पंत म्हणाले,''उद्या पहाटेच आमच्या रामला वाईला पाठवितो. मधली वाट त्याला माहीत आहे.''

कधी एकदा माहुलीला जातो, असे दत्तोपंतांना झाले!

* * *

''स्वामी,'' भास्कर चित्राव म्हणाला, ''जाऊ का आता मी? काहीही व्यत्यय न येता सारा सोहळा पार पाडला गेला आहे.''

''अवश्य जा.'' समर्थ समाधानाने म्हणाले,'' तू होतास म्हणून खानाची समजूत पटली. नाहीतर त्याने गोंधळ घातला असता निश्चित. उरलेले काम त्या केशवस्वामींच्या यवनशिष्यांनी पार पाडले. पूजेची सारी व्यवस्था दत्तोपंत पाहणार आहेत.''

''हे चांगले झाले.'' भास्कर म्हणाला, ''महाबळेश्वरला अनंतानेही सारी व्यवस्था चोख ठेवली आहे.''

''हे असे गावोगावी व्हायला हवे.'' समर्थ म्हणाले, ''उत्सवाच्या निमित्ताने समाज एकत्र यायला हवा. तू आता मधल्या वाटेनेच जा.''

दत्तोपंतांच्या रामबरोबर भास्कर लगेचच माहुलीला आला. त्याने तातडीने खानाची गाठ घेतली. समर्थ येथे आहेत म्हणून मुद्दामच तो वाट वाकडी करून आला होता. रंगोबावरही त्याचे लक्ष होते. त्यांचे शिष्य चारही बाजूंना गेल्याचेही त्याला समजले. बांधलेले मंदिरही त्याने पाहिले.

परंतु काही निर्णय घेण्यापूर्वीच भास्करने त्याची समजूत काढली. ईद मुबारक करण्यासाठी वाईतून तो मुद्दाम आल्याचे भास्करने त्याला सांगितले होते! त्यामुळे खानाला परम संतोष वाटला होता. बोलता बोलता त्याने समर्थांचे काम करून टाकले होते!

खानाला आता कसलीच शंका राहिली नाही. केशवस्वामींचा पट्टशिष्य अंबरहुसेनही खानाला भेटला!

खान अवाक् झाला! एक यवन एका काफराचा शिष्य! भागानगरातील यवन हिंदूंबरोबर कसे प्रेमाने वागतात, हेही त्याने सांगून टाकले होते!

मारुतरायांची प्राणप्रतिष्ठा होण्यापूर्वीच खानाने माहुलीचा गाशा गुंडाळून तो निघून गेला!

यत्न तो देव जाणावा!

* * *

"जय देव जय देव जय जय हनुमंता
तुमचेनि प्रतापे नि भिये कृतांता!

मारुतरायांची प्राणप्रतिष्ठा होऊन आरती होताच साऱ्या माहुलीकरांनी गुलाल टाकला. समर्थही गुलालात न्हाऊन निघाले. त्यांचे एक स्वप्न पूर्ण झाले.

ठरल्याप्रमाणे सारी संतमंडळी चारही दिशांनी गोळा झाली होती. देहूहून तुकोबा आले. रंगोबा, जयराम, आनंदमूर्ती तसे लवकर आले. याशिवाय गोदातटाहून रामवल्लभदास, अंबाजोगाईहून शिवकल्याण, जुन्नरहून लोलिंबराज जोशी, धामणगावाहून बोधलेबुवा, पारगांवचे मौनीबा वगैरे प्रमुख मंडळी दाखल झाली होती.

दत्तोपंत पाठकांचा चौसोपी वाडा फार मोठा होता. या घरातच ही सारी मंडळी विसावली होती.

रात्री मंदिरापुढे तुकोबांचे कीर्तन झाले. माहुलीकरांना ही अपूर्व मेजवानीच होती. त्यांची अमृतवाणी टाळमृदंगाच्या समवेत रंगू लागली. कृष्णाकाठी त्यांनी जणू पंढरी उभी केली. सुंदर ते ध्यान कसे साजिरे गोजिरे आहे, हे सर्वांना समजले. मध्यरात्र उलटली, तरी तुकोबा विठ्ठल विठ्ठल गजरी नाचत होते.

समर्थ धन्य जाहले. एका महान संताचा परिचय झाला होता. होत होता. एक विठ्ठलभक्त तर एक रामभक्त! परंतु अंतरीची तळमळ एकच होती, सत्य एकच होते!

जे का रंजले गांजले
त्यांसि म्हणे जो आपुले
तोचि साधु ओळखावा
देव तेथेची जाणावा!

* * *

नांदगिरीच्या गुहेत मध्यरात्रीही मशाली जळत होत्या.

किर्र रात्र. काळकुट्ट अंधार. सारी भयाण शांतता. गुहेच्या बाहेरच्या वाटेवर भास्कर चित्राव व भीमराव बर्गे बसले होते. पलीकडे एका कड्यावर राम बसला होता

दत्तोपंताचा. शिवाय नांदगिरीच्या व माहुलीच्या परिसरातील झाडाझाडांवर रंगोबांची शिष्यमंडळी व भीमराव बर्गे यांची पैलवानमंडळी तयारीत बसली होती. समर्थांनी ही व्यवस्था सावधानता म्हणूनच केलेली होती.

सगळ्यांच्या अगोदर समर्थ गुहेत येऊन बसले. दत्तोपंतानी इतरांना आणले. सारी मंडळी जमली.

समर्थांनी तुकोबांना आपल्याजवळ बसवून घेतले. त्यांचा या क्षेत्रातील अधिकार फार मोठा होता. पंढरीनाथाचा साक्षात्कार त्यांना झालेला होता. समर्थांच्या एका बाजूला रंगोबा होते.

"सत्पुरुषांनो," सर्वांना वंदन करून समर्थ म्हणाले, "केवळ परमेश्वरी योगायोगाने आपण आज इथे जमलो आहोत. अतिशय कठीण काळातून आपण जात आहोत. बहुजन समाज मात्र अस्मानी-सुलतानीमुळे भरडून निघत आहे. धर्माचरण करणे त्याला अवघड जात आहे. बायका-पोरांचे काय होणार, हीच चिंता सदैव ग्रासत आहे. शहाजीराजे व माझी दोन भिन्न ठिकाणी गाठभेट झाली. त्यांच्या मनातील सर्व कल्पना त्यांनी मला सांगितल्या. आज या आनंदवनभुवनी त्यांचे चिरंजीव बालराजे शिवाजी स्वराज्याची पहाट पाहू लागले आहेत. आशेची ही एकच ज्योत मला या पारतंत्र्याच्या अंधारी स्पष्ट दिसू लागली आहे. तिचा फायदा उठविला पाहिजे."

"आपण योग्य तेच सांगत आहात," तुकोबा म्हणाले,

"सारा देश आपण हिंडून आला आहात. त्यामुळे आपणच सर्वांना नवा गुरूमंत्र द्यावा. काय रंगोबा?"

रंगोबांनी तुकोबांच्या म्हणण्याला पाठिंबा दिला. मग केशवस्वामी, जयराम-स्वामी, रामवल्लभदास वगैरे सर्वांनी लोकहितासाठी सर्व ते प्रयत्न आवश्यक आहेत, असे सांगितले.

दोन वेळा सर्वांनी एकत्र बसून चर्चा केल्यामुळे तिला अंतिम स्वरूप जसे समर्थांना हवे होते तसे आले. यात एकसूत्रता हवी होती. उत्तरेत मठ व महंतांची जशी साखळी त्यांनी निर्माण केली होती, तशी इथेही हवी होती.

हरिकथानिरूपण, राजकारण व सावधपण ह्या तिन्ही गोष्टी फार महत्त्वाच्या होत्या. यासाठी मराठा तितुका मेळवावा लागणार होता. महाराष्ट्रधर्म वाढायला हवा होता!

यातूनच समर्थांचे रामदास पंचायतन निर्माण झाले होते!

* * *

"आज तब्येत बरी नाही का?" दत्तोपंतांनी विचारले.

"प्रकृतीचा प्रश्न कधीच नसतो आमचा." समर्थ म्हणाले, "ती काळजी

रामारायाला. आम्हाला नाही.''

"आज उदासीनता आली आहे काय?''

"ते शक्य असेल.'' समर्थ म्हणाले, ''सारी मंडळी परतल्यामुळे तसे थोडेफार होणे शक्य आहे. सर्वांच्या संगतीत दोन-चार दिवस चांगले गेले. टाकळीकडील आठवण येतेय. उद्धव निरोपाची वाट पाहत असेल.''

"जाऊन येताय काय एकदा तिकडे?''

"आता तिकडे कुठला जातोय? इथूनच आता निघायला हवे!''

"का, घाई कसली एवढी?'' पंत म्हणाले

"ह्या आलेल्या साऱ्या मंडळींनी मला नवे विश्व दिले आहे. तुकोबांनी तर मला देहूला बोलावले आहे. पंढरीत गाठ पडेलच. पंत, कृष्णाकाठी अन्य कोठे असेच गांव आहे का?

"वाईसारखे?''

"चालेल.''

"मग तुम्ही कऱ्हाडला जा.'' पंत म्हणाले, ''तेथे तुम्हाला सारे मिळेल. रुद्राजीपंत देशपांडे आमचे पाहुणे आहेत. त्यांना निरोप देतो मी.''

मग दत्तोपंतांनी कऱ्हाडची सारी माहिती समर्थांना सांगितली. जवळचा रस्ता सांगितला.

स्वामींच्या डोळ्यांसमोर कऱ्हाड मूर्तिमंत उभे राहिले!

* * *

"कोणता डोंगर म्हणे हा?'' समर्थांनी एका गुराख्याला विचारले.

"चंदनगिरी म्हनत्यात याला.''

"कऱ्हाड किती राहिले येथून?''

"त्ये दिसतंया नवं का तकडं.'' गुराखी कऱ्हाडकडे बोट दाखवीत म्हणाला,''असल की कोस दोन कोस. कुन्या गावचं बाबा?''

"नाशकाकडील.''

"हकडं कशापाय आला?''

"आलो सहज.''

दत्तोपंतानी सांगितलेल्या कऱ्हाडकडे समर्थ निघाले. एके ठिकाणी अधिक काळ न राहण्याचे त्यांनी तूर्त ठरविले होते. समर्थ निघाले होते आडवाटेने, डोंगर कपारी ओलांडीत.

सह्याद्रीच्या सौंदर्याला इथे बहर आलेला होता. कोणत्याही कड्यावर उभे

राहिले, की सगळीकडे झाडीच झाडी दिसे. त्यातून कोठेतरी एखादे नारळाचे झाड डोकावे किंवा एखाद्या मंदिराचे शिखर. क्षितिजापर्यंत पाहिले तरी डोंगरच डोंगर! उतरणीवर दूर दिसणारी गुरेढोरे. गुराखी. धनगर. निसर्गाने इथे मुक्तहस्ताने हिरवाई पसरलेली होती.

समर्थांना समाधान वाटले. वाटेत कुठेतरी एखादी घळ दिसायची. खोलवर पसरलेल्या दऱ्या. एखादे वाघरू गेल्याचा उग्र दर्प यायचा. स्वामी तेथेच मुक्काम करायचे! त्या ठिकाणी कुणीही यायचे नाही! मध्यरात्र होईपर्यंत एखाद्या कड्यावरती बसायचे. खाली खोल दऱ्यांतून झाडावरचे काजवे चमचम करीत उडायचे. वरून ते दृश्य फार सुंदर दिसायचे!

पुन्हा नवी वाटचाल. नवीन डोंगर. नवीन घळ. हा डोंगर त्यांना आवडला म्हणून त्यांनी त्या गुराख्याला डोंगराचे नाव विचारले. तो होता चंद्रगिरी. कऱ्हाड-मसूर-शहापूर ह्या गावांजवळच तो होता. त्यांना हवे असलेले कऱ्हाड तेथून अगदी जवळ होते.

कऱ्हाडात त्यांना राहायचे नव्हते. त्यांना लगेचच एक घळ सापडली. फारच विस्तीर्ण व खोलवर होती. आडबाजूला उतरणीवर होती. रानवेली व झुडपांखाली झाकली गेली होती. समर्थ हरवून गेले होते. तेथेच राहण्याचे त्यांनी निश्चित केले. त्यांना नावही आवडले!

चंद्रगिरी! एखाद्या रसिकानेच दिले असेल हे नाव!

समर्थांना काव्य सुचले–

दरे दुर्कटे झाडखंडे अनेकी
कपाटे कडे वीवरे आणि टाकी
वनी पावनी पांडवी वास केला
गिरी देखिला दास संतुष्ट जाला!

* * *

"आपण माहुलीहून आला का?"

"होय." समर्थ म्हणाले, "आपण कोण?"

"मी रुद्राजी देशपांडे" रुद्राजीपंत म्हणाले, "माहुलीहून दत्तोपंतांचा निरोप आला, त्यामुळे दोन-तीन दिवसांपासून मी आपणाला प्रीतिसंगमावर स्नान करताना पाहत आहे. पण एकदम कसे विचारायचे म्हणून राहून गेले. आपण कऱ्हाडात येत नाही?"

"नाही." समर्थ म्हणाले, "माधुकरीसाठी मी मसूर किंवा शहापूरला जातो"

"राहणार कोठे आहात?"

"चंद्रगिरीवर!"

"काय म्हणता?" रुद्राजीपंत आश्चर्याने म्हणाले,

"तेथे वाघांची पुष्कळ वस्ती आहे. त्या परिसरात कुणीही फिरकत नाही."

"अशा डोंगरकपारीत राहणेच मला आवडते."

"आमच्या घरी कऱ्हाडला केव्हा येताय?"

"काहीतरी निमित्ताने येऊ केव्हातरी." समर्थ म्हणाले, "इथे येत जा तुम्ही जमल्यास."

चंद्रगिरीहून भल्या पहाटे ते निघत. प्रीतिसंगमी स्नानसंध्या करून तेथे येणाऱ्या पोरांना ते पोहण्यास शिकवू लागले. ही संख्या वाढू लागली. घाटावर बसून त्यांना मनाचे श्लोक सांगून ते म्हणून घेऊ लागले.

मध्यान्हीच्या सुमारास ते मसुरात किंवा शहापुरी माधुकरी मागीत. त्यांचे पानगे तयार करून, त्यांचा नैवेद्य दाखवून मग भोजन होई.

त्यानंतर आसपासच्या खेडेगावी जाऊन गावकऱ्यांशी संवाद साधत. आजाऱ्यांना औषधे देत, सुचवीत. रामकथाही सांगण्यास त्यांनी सुरुवात केली. ते जे सांगत होते, ते सारे नवीनच होते. गर्दी वाढू लागली.

मसूरच्या आसपास जाताना त्यांच्याबरोबर रघुजी आफळे, आबा पोरे किंवा वासुदेव बुधकर ही मंडळी असत.

रघुजींच्या बादशाही अंमलदारांच्या चांगल्या ओळखी होत्या. मसूरचे ते सावकारच होते. पण वृत्ती सावकारी नव्हती. त्यांच्या घराण्यात रामपूजा होती. ते उत्सवही करीत.

रघुजीमुळे काही अंमलदार समर्थांना ओळखू लागले. त्यांच्या वागण्यात गैर काहीच त्यांना दिसत नव्हते. त्यामुळे समर्थांचा सर्वत्र मुक्तसंचार चालू होता!

बहुत लोक मिळवावे

एकविचारे भरावे॥

* * *

"आपल्या घरी त्यांचे कीर्तन करा." आक्का म्हणाली, "आफळ्यांचा कारकून परवा स्वामींबद्दल पुष्कळ सांगत होता. नाहीतर त्यांना पाहण्यास आपण जाऊ या."

"अगं, वेडी का खुळी तू?" रुद्राजीपंत म्हणाले, "आपल्या घरी येण्याचे त्यांनी कबूलच केले आहे. मग उगाच लांब कशाला जावयाचे?"

आक्का समर्थांच्या पुष्कळ गोष्टी मग त्यांना सांगत बसली. त्यांनाही आश्चर्य वाटले. आपल्या धांदिष्ट पोरीने समर्थांची पुष्कळ माहिती गोळा केली आहे. त्यांना तिचे कौतुकही वाटले.

बालविधवा होऊन आक्का फार लहानपणीच माहेरी परत आलेली होती. सासरी परत जाण्याचा प्रश्नच नव्हता. रुद्राजीपंतांनी मुलगा म्हणून तिला लिहिण्या-वाचण्यास शिकविले.

निरनिराळ्या पोथ्या कायम ती वाचत राहायची. तिचा पुष्कळ वेळ त्यातच जायचा. घराच्या बाहेर ती जायचीच नाही. त्यामुळे समर्थांना कोठे पाहावे, हाच प्रश्न तिला पडला होता.

अखेर रुद्राजीपंतांच्या नकळत धुणे धुण्याच्या निमिताने ती कृष्णाघाटावर गेली. तेथे समर्थ पोरांना श्लोक सांगत होते–

“जगी सर्व सूखी असा कोण आहे
विचारे मना तूचि शोधून पाहे
मना त्वांची रे पूर्वसंचित केले
तयासारिखे भोगणे प्राप्त झाले॥”

आक्का समर्थांचे तेजस्वी रूप पाहतच राहिली. हुर्मुजी रंगाची वस्त्रे घातलेला निरीच्छ गोसावी ती प्रथमच पाहत होती.

आक्काच्या मनात त्या श्लोकांतील एक ओळ घर करून राहिली.

जगी सर्व सुखी असा कोण आहे?
कोण आहे?
कोण आहे?

* * *

“पोरी, तुझे भाग्य चांगले म्हणून तुला तुझा नवरा परत मिळाला.” आबाजी कुलकर्णी म्हणाले, “ज्याला तू अपमानाने ‘गोसावड्या’ म्हणत होतीस, त्याच समर्थांनी तुझे कुंकू सांभाळले.”

“बाबा,” सतीबाई म्हणाली, “त्या कटू आठवणी आता काढू नका. माझ्या त्या विचित्र वागण्याची आता मला लाज वाटतेय! आता एक दिवस जर ते आले नाहीत, तर मला चैन पडत नाही. ते येऊन गेल्याशिवाय जेवायचे नाही, असे मी ठरवले आहे.”

“ते चांगले झाले” आबाजी म्हणाले,

“चांगली अद्दल घडली, तेव्हा आता तू रामनामाला लागलीस.”

"चमत्काराशिवाय नमस्कार नाही" सतीबाई म्हणाली, "हेच खरे ठरले."

"ही वार्ता सगळीकडे पसरलीय." आबाजी म्हणाले, "जावईबुवांना अंमलदाराने पकडून नेल्याचे सर्वांनी पाहिले होते. पण समर्थांमुळे ते सुखरूप परत आले, हे सर्वांना समजले. शहापूरचे भाग्य म्हणून समर्थ गावात आले आपल्या."

बाजीपंत कुलकर्णी अंमलदाराचे हिशेबाचे काम पाहत. त्यांच्या हिशेबात चूक झाल्याने त्यांना पकडून नेले होते. समर्थांना हे समजल्यावर त्यांनी रघुजी आफळ्यांना हे प्रकरण मिटविण्यास सांगितले होते. त्याप्रमाणे त्यांनी ते काम केले. बाजीपंतांची सुटका झाली. त्या कुटुंबात केवळ रामनामाची आवड निर्माण व्हावी, म्हणून समर्थ त्यात पडले होते. अहंकारी सतीबाई ताळ्यावर येऊन रामनामाला लागली.

सगळ्यांनी अतिशय आग्रह धरल्यामुळे स्वामींनी बाजीपंतांना व सतीबाईंना अनुग्रह दिला. रामनवमीच्या मुहूर्तावर देव्हाऱ्यात राममूर्तीची स्थापना झाली.

समर्थांचे दर्शन झाल्याशिवाय सतीबाई जेवणार नाही, हे समर्थांना समजले. तिला आता पूर्ण पश्चात्ताप झाला होता. समर्थ रोज शहापूरला यावयाचे असे नाही त्यामुळे तिला उपवास पडायचा!

समर्थांनी शहापूरला चुन्याचा मारुती स्थापन केला. त्याचे दर्शन घेऊन भोजन करावे, असे समर्थांनी सतीबाईला सांगितले.

शहापूरचे ह्या 'प्रताप' मारुतीचे मंदिर म्हणजे समर्थांचे महत्त्वाचे ठिकाण ठरले. तेथे समर्थ नेहमी असत.

डोंगरपरिसरातील हे मंदिर म्हणजे एक पर्वणीच ठरली!

* * *

"मना रे जनी मौन मुद्रा धरावी
कथा आदरे राघवाची करावी
नसे राम ते धाम सोडोनि द्यावे
सुखालागि आरण्य सेवीत जावे"

अरण्यवासी बनलेल्या समर्थांनी चंद्रगिरीतून चरेगावचा डोंगर शोधला. तेथे एक सुंदर गुहा होती. चरेगांवच्या ह्या डोंगराच्या एका बाजूला कृष्णामाई तर दुसऱ्या बाजूला कोयना! मध्ये हा डोंगर! एकीकडे तळकोकण तर एकीकडे मांडदेश! अपूर्व रमणीय निसर्गात राहून समर्थ अखेर चाफळच्या खोऱ्यात उतरले. मांड नदीच्या वळणदार प्रवाहाने रसरसलेली चाफळची भूमी शिवाजीमहाराजांच्या स्वराज्यात होती.

शिवरायांनी स्वराज्याचे तोरण केव्हाच बांधले होते. जिजाऊंचे सोनेरी स्वप्न साकारण्यास त्यांनी शुभारंभ केला होता.

चाफळच्या खोऱ्यात उतरताच समर्थांना ही वेगळी जाणीव झालीच. स्वराज्याच्या नव्या मंत्राने ही चाफळची माती अधिक पवित्र बनली होती. सर्वत्र घळीच घळी!

समर्थ सर्वत्र रमू लागले. कधी डेरवणच्या घळीत, तर कधी वाघापूरच्या कड्यावर. कधी भैरवगडाच्या घळीत तर कधी कळंब्याच्या गुहेत!

चाफळ डोंगरी कडेकपारीत बसले होते. रामघळ शेजारीच होती.

"स्वामी..."

"काय रे भानजी?"

"आज माझ्याबरोबर कोण आले आहे हे पाहिले का?"

"स्वराज्यातील मामलेदार आहेत हे."

भानजी जोशीलाच काय, पण नरसोमलनाथ अंबरखाने यांनाही आश्चर्य वाटले! समर्थांनी आपल्याला कसे ओळखले?

चाफळला आल्यावर भानजी जोशी त्यांच्याबरोबर सारखा राहू लागला. तो परिसर त्याच्या संपूर्ण माहितीचा. तेथे त्याच्या पुष्कळ ओळखी. कसलीही अडचण त्याला यायची नाही.

अंबरखाने शिवरायांचे चाफळचे मामलेदार होते. ते आपल्या कामात गर्क असताना समर्थांनी त्यांना एकदा पाहिले होते. म्हणून त्यानी लगेच त्यांना ओळखले! "अंमलदारानी काय काम काढले आम्हा डोंगरवाल्याकडे?" समर्थ म्हणाले, "वाट कशी चुकली?"

"चुकलीच होती," अंबरखाने हसून म्हणाले, "पण ह्या भानजीमुळे सापडली. काल आम्ही सर्व डोंगर पालथे घातले. आज हा भेटल्यामुळे आपले दर्शन घडले." स्वराज्याबद्दल नंतर बराच वेळ चर्चा झाली. तर सोमलनाथ अंबरखाने रामभक्त होते. त्यांच्या घरी रामसेवा होती. म्हणून त्यांना अनुग्रह हवा होता. त्यांच्या बऱ्याच सहकाऱ्यांनादेखील अनुग्रह हवा होता.

त्या सर्वांना समर्थानी अनुग्रह दिला. "या अधिष्ठानाची भक्तिपरंपरा करावी. सर्व सहायता असावी. यात्रेत पट्टी नसावी. सर्वस्वेसी साहे असावे." समर्थांनी मामलेदारांना आपुलकीने सांगितले.

शिवाजीमहाराजांना समर्थांनी अजून पाहिलेही नव्हते. पण त्यांच्याबद्दल त्यांना विलक्षण जवळीक वाटू लागली होती. शहाजीराजांनी आपल्या ह्या पुत्राबद्दल समर्थांना कौतुकाने पुष्कळ सांगितले होते.

ही मंडळी उठणार, तोच चाफळचे आनंदराव देशपांडे आले. त्यांना येण्यास

जरा उशीर झाला. ते शहापूरला गेले होते.

स्वामीनी त्यांनाही अनुग्रह दिला. आनंदरावांनी चाफळला मठ बांधून देण्याचे कबूल केले होते!

देव मस्तकी धरावा
अवघा हलकल्लोळ करावा!

* * *

"इतक्या लवकर पुन्हा गाठ पडेल असे वाटले नव्हते." जयराम स्वामी म्हणाले, "पण योगच चांगला आला. वडगावहून निघताना आपली भेट होईल असे वाटलेही नव्हते."

"हा योग रुद्राजीपंतांनी आणला." समर्थ म्हणाले, "ते त्यासाठी चाफळला येऊन राहिले. त्यामुळे आम्हाला कऱ्हाडला यावे लागले."

"मागे आपण कबूल केले होते" रुद्राजीपंत म्हणाले, "आक्काचा आग्रह फार होता. आपली निरुपणेही सर्वत्र चालू होती. म्हणून मी ही उशीर केला."

"त्यामुळे आम्हालाही योग आला." जयरामस्वामी म्हणाले, "कऱ्हाडच्या एका शिष्यामुळे येणे झाले. नेमके समर्थही येथे आले, हा योगायोग."

समर्थ रुद्राजीपंतांच्या आग्रहामुळे आले. पण त्यांना महालक्ष्मीच्या दर्शनाची ओढ लागली होती.

जयरामस्वामी भेटल्यामुळे समर्थ थोडे दिवस कऱ्हाडात राहिले. ठिकठिकाणी कीर्तने, निरूपणेही चालू होती. कऱ्हाडकर ह्यामुळे राममय झाले होते. भक्तिरसात न्हाऊन निघत होते.

जयरामस्वामींची सर्वत्र उपस्थिती असायची. शिवाय उरलेल्या वेळातही समर्थ त्यांच्याशी चर्चा करायचे.

"समर्थ" जयरामस्वामी वडगांवी निघून गेल्यावर रुद्राजीपंत म्हणाले, "आक्काचे काय करता? तिला अनुग्रह हवाय!"

"तिच्या स्वयंपाकावर आम्ही अगदी खुष आहोत." समर्थ म्हणाले, "येथे आल्यापासून तिचे कौशल्य रोज पाहत आहे. आम्हाला राणाऊंची आठवण झाली."

"आपल्यावर तिची फार निष्ठा आहे." रुद्राजीपंत म्हणाले, "एकदा तुमचा अनुग्रह मिळाला, की तिच्या जिवाचे सार्थक होऊन जाईल. पुष्कळ पोथ्या वाचून काढल्यात तिने."

"चांगली सवय आहे ही." समर्थ समाधानाने म्हणाले,"प्रत्येक स्त्रीला असे लिहिता-वाचता यायला हवे. तरच समाजाचे कल्याण होईल."

आक्कांना समर्थाचा अनुग्रह मिळाला!

* * *

"देहे दंडनेचे महादु:ख आहे
महादु:ख ते नाम घेता न राहे
सदाशीव चिंतीतसे देवदेवा
प्रभाते मनी राम चिंतीत जावा"!
"जय जय रघुवीर समर्थ."

"थोडे दूध मिळेल का हो माई?"

समोर कोणीही नव्हते. आतून एक स्त्री दूध घेऊन येईपर्यंत समर्थ वाट पाहोन पुढे निघून गेले.

त्या विधवेने रस्त्यावर येऊन पाहिले. एक गोसावी दूरवर दुसऱ्या आळीत वळत होता. तोच आला असावा दारी!

तिला चुटपुट लागली. त्याला दूध मिळायला हवे होते. दारी आलेला तसाचि गेला!

रुद्राजीपंतांचा निरोप घेऊन कऱ्हाडहून समर्थ निघाले. कोल्हापूरचे त्यांनी निश्चित केले होते. सारी वाट डोंगरदऱ्यांतूनच होती. झाडाझुडपांनी पायवाटही दिसत नव्हती. झाडोराही नाना प्रकारचा, जातींचा! ह्या अति हिरव्या वनश्रीतून जाताना समर्थ भारावून गेले. त्यांच्यातील कवी जागा व्हायचा. ते त्या काव्यानंदात रमत-रमत पुढे जायचे. एका उंच कड्याजवळून ते चालले होते. एका बाजूला उंच शिखर, दुसरीकडे तितकीच खोल खोल दरी.

त्यांचे लक्ष एकदम त्या दरीतील मंदिराकडे गेले. त्यांना आश्चर्य वाटले. इतक्या खोलात मंदिर? कुणाचे असावे?

त्यांना राहवेना. ते निसरड्या वाटेने खोल दरीत उतरू लागले. त्यांची उत्सुकता कमालीची वाढलेली होती. काट्याकुट्यांनी वेढलेल्या त्या देवळाकडे स्वामी पोचले. दाट झुडपांत देऊळ लपले होते. उंचावरून ते सहज दिसले होते.

देवळासमोर येताच समार्थांना आश्चर्य वाटले. देऊळ विठ्ठल-रखुमाईचे होते!

समर्थ आत आले. नुकतेच कुणीतरी सारवून घेतलेले होते. सुंदर रांगोळी घातलेली होती. विठ्ठल-रखुमाईंना रानफुलांची माळ घातलेली होती. त्यात तुळसही दिसत होती. लामणदिवा तेवत होता!

समर्थ अगदी भारावून गेले! मूर्ती फार प्रसन्न होत्या. किती तर वेळ ते हात जोडोनिया उभे होते. ध्यानी-मनी नसतानाही पंढरीनाथाचे दर्शन घडले होते.

त्यांनी बाहेर येऊन इकडे-तिकडे पाहिले. कुणीही दिसत नव्हते. अगदी दूरवर एका शेतात नांगर चालू होता. तेथे वस्ती असावी पलीकडे!

समर्थांना एकदम आठवले. त्या दिवशी एकादशी होती! तुकोबांनी आषाढीला त्यांना पंढरीला बोलावले होते. त्याचे स्मरण राहण्यासाठी तर पांडुरंगाने हे दर्शन दिले नसावे?

देव भावाचा भुकेला!

* * *

समर्थ हळूहळू डोंगर पुन्हा चढू लागले. डोंगरझाडी मागे पडून आता ते अगदी उजाड परिसरातून निघाले होते! हिरवाई अजिबात नव्हती.

ते मिरजेला आले. वाटेतच कृष्णास्नान घडले. गाव बरे वाटल्याने ते थोडे दिवस तेथे थांबणार होते. तेथील काही भक्तजनांनी त्यांची कीर्तने कऱ्हाडी ऐकली होती. त्यामुळे ते त्यांची वाटच पाहत होते. दररोज त्यांची निरूपणे चालू झाली. रामकथा रंगू लागली.

"जय जय रघुवीर समर्थ" ह्या जयघोषासाठी भाविक घरोघर त्यांची वाट पाहू लागले.

एके दिवशी ते सहज एका मोठ्या वाड्यात शिरले. तो वाडा होता जनुभाऊ देशपांडे यांचा. त्यांचा मुलगा जयराम अकाली वारला होता. त्याची विधवा पत्नी त्या दिवशी उशिरा दूध घेऊन आली होती. ती अकालीच विधवा झाली होती. ती होती कोल्हापूरच्या गोपाजी देशपांड्याची कन्या वेणू. हसरी, अल्लड, निरागस परकरी पोर झाली विधवा!

बाहुला-बाहुलीची लग्ने लावीत असतानाच ती लग्न होऊन मिरजेला आली. पण बाहुला निघून गेला. बाहुली पांढरी झाली. एकाकी. पांढऱ्या कपाळाची. ठसठशीत कुंकवाने भरलेली वेणू सासरी गेली. मात्र परत आली ती कुंकवाशिवाय! तिच्यासाठी होता आता फक्त कोपरा!

राधाबाईंचे अश्रू थांबेनात. गोपाजी अबोल झाले.

हळूहळू त्यांनी तिला शिकविण्यास सुरवात केली. ती लिहू-वाचू लागली. कथा-कीर्तनाला आईबरोबर देवळात जाऊ लागली.

मिरजेला विधवा सासूला चैन पडेना. इतक्या मोठ्या वाड्यात ती एकटी कशी राहणार? कोल्हापुरी तिने सांगावा पाठविला.

वेणू पुन्हा मिरजेला आली. घरात दोघीच. घरात श्रीराम हेच दैवत होते. नाथांचे रामायण तिने वाचले होते. मनाचे श्लोक मिरजेत पुष्कळ लोकांनी लिहून घेतले होते.

वेणूलाही काही मिळाले होते. समर्थांची कीर्ती तिने ऐकली होती. गोपाजींनीही तिला त्यांच्याबद्दल सांगितले होते!

दूध न घेता परत गेलेल्या गोसाव्याबद्दल तिला चुटपुट वाटू लागली होती. शेजारच्या जोशीकाकूंनी दुपारी तिला अस्वस्थ केले. त्यांनी सकाळी आलेला गोसावी हे समर्थच होते म्हणून सांगितले! महबळांच्या घरी त्यांचे कीर्तनही झाले होते. देवळांच्या घरीही ते निरूपणास गेले होते.

वेणूला काही सुचेना. तिच्या हातून फार मोठा गुन्हा घडला.

येणाऱ्या-जाणाऱ्या कुणालाही भिक्षा मिळते या दारी. पण समर्थांना तुंबाभर दूध मिळू नये?

काय केलेस वेडे हे?

* * *

भल्या पहाटे सारे आवरून वेणूने तुळशी वृंदावनाजवळ पोथी वाचण्यास आरंभ केला. दारीच्या तुळशीला ओढ नसते घराची! ती वाट पाहत होती समर्थांची. त्या दिवसापासून ते आलेच नव्हते त्या भागात. रागावले की काय घरावर? तिला हे माहीत नव्हते, की समर्थ एकाच घरी रोज येत नाहीत.

अखेर खडावा वाजल्या! मनाचा श्लोक पूर्ण होताच खणखणीत आवाजात ''जय जय रघुवीर समर्थ'' हा जयघोष होताच वेणू उभी राहिली. तिला पाहून समर्थ आत आले.

''काय वाचतेस बाळ?''

''एकनाथी भागवत.''

''अजून काय वाचलेस?''

''पुष्कळ पोथ्या वाचल्या.''

''कुणाच्या दारी मी उभा आहे?''

''हे देशपांड्यांचे घर आहे.'' वेणू म्हणाली ''आम्ही दोघीच असतो घरी.''

तोपर्यंत तिच्या सासूबाई दारी आल्या.

समर्थ अजून थोडा वेळ बोलत होते. काही शंका आल्यास त्यांना विचाण्यास सांगितले त्यांनी. भिक्षा मिळताच ते निघून गेले.

तिच्या कानात घुमत होती समर्थवाणी!

''पाराजीपंत.''

समर्थांची हाक ऐकू येताच पाराजीपंत स्वयंपाकघरातून ओसरीवर पळतच आले.

''हा सारखी धावपळ करणारा पोरगा कोण आहे?'' समर्थ म्हणाले, ''मी रोज

पाहतोय.''

''हा माझा भाचा... अंबाजी आहे.'' पाराजीपंत म्हणाले, ''इथेच असतो हा.''

''प्रत्येकाने असेच अगदी व्यवस्थित वागायला हवे.''समर्थ म्हणाले,''अंबाजीसारखा चुणचुणीत मुलगा मला आवडतो.''

कुणीतरी हाक मारल्यामुळे पाराजीपंत निघून गेले एकदम.

मिरजेहून ठिकठिकाणी मुक्काम करीत समर्थ अखेर कोल्हापुरी आले. महालक्ष्मीच्या मंदिरी त्यांची प्रवचने चालू झाली. रोज गर्दी व्हायची.

करवीरचे त्या वेळचे सुभेदार होते, पाराजीपंत बर्वे कुलकर्णी. समर्थांच्या प्रत्येक प्रवचनाला ते उपस्थित असत. त्यांच्या घरीही रामसेवा होती. त्यांनी समर्थांना एकदा घरी बोलावले होते. म्हणून समर्थ आले होते. त्यांच्या चौकस नजरेत अंबाजी भरला होता.

पाराजीपंत गेल्यावर समर्थांनी त्याला जवळ बोलावून घेऊन अनेक प्रश्न विचारले. सर्व उत्तरे त्याने अचूक दिली. त्याची बुद्धी असामान्य होती. समर्थांनी एक सवायी म्हटली.

अंबाजी एकपाठी होता. अंबाजीला त्यांनी लिहिण्यास सांगितले. त्याचे अक्षर त्यांना पाहायचे होते. एकदा ऐकलेली सवायी त्याने अचूकपणे लिहू काढली.

समर्थांना आश्चर्य वाटले. फार दिवसांनी असे सुवाच्य अक्षर त्यांना पाहावयास मिळाले. त्यांच्या मनात एक विचार आला. त्यांना ग्रंथलेखनासाठी एक शिष्य हवाच होता.

समर्थांनी पाराजीपंताकडून अंबाजीची परवानगी मिळवली. त्याच्या आईने रखमाबाईंनी संमती दिली. ''स्वामी,'' रखमाबाई म्हणाल्या ''त्याचे भाग्यच उदयाला आले. पण त्याच्या बरोबर आम्हीही येऊ.''

''अवश्य या, मातोश्री'' समर्थ म्हणाले, ''आम्हाला गरज आहेच. पुष्कळ ठिकाणी मठस्थापना करायची आहे.''

पाराजीपंतांना स्वामींनी अनुग्रह दिला!

* * *

''ओळखले का मला?'' समर्थांना वंदन करत वेणू म्हणाली, ''पहा लागतीय का ओळख?''

''श्रीराम! श्रीराम'' समर्थ म्हणाले, ''कुठंतरी गाठ पडलीय अलीकडे आपली.''

''मिरजेला.''

''श्रीराम!'' समर्थ म्हणाले, ''तुमच्या काही प्रश्नांची उत्तरे दिली होती मी.

कोल्हापुरी सहज आला?''

''आता येथेच आहे, माहेरी'' वेणू म्हणाली ''आता काय राहिलेय मिरजेत?'

''का?''

''सासूबाई वारल्या एकाएकी'' वेणू म्हणाली, ''बाबांनी मला मग इकडे आणले. म्हणून येता आले आपल्या दर्शनाला.''

''बरे झाले, येत जा.''

वेणू रोज कीर्तनाला येऊ लागली. समर्थांशी बोलू लागली. कुटाळांना काहीतरी विषय हवाच होता. तिच्याबद्दल व समर्थांबद्दल त्यांनी अफवा उठविल्या! एका विधवेने असे वागावे? ही रीत नव्हे! गोपाजी चिडले. ते रोज तिला बोलू लागले. राधाबाईही संतापू लागल्या.

तरी वेणू मंदिरी जातच राहिली, उलट, समर्थांनी तिला अनुग्रह दिला.

वेणाबाई रामदासी बनल्या. त्यांना कसली भीती राहिली नव्हती आता.

स्वामींच्या बरोबर येण्याची परवानगी त्यांनी मागितली. पण स्वामींनी नकार दिला.

''तूर्त तरी आपण कोल्हापुरीच रहावे.'' समर्थ म्हणाले,''निंदकांचे बोलणे मनावर घेऊ नये. योग्य वेळी मी येईन नेण्यास.''

वेणाबाईंनी पुन्हा पुन्हा विनवणी केली! समर्थांचा नाइलाज होता!

* * *

''अहोऽ समऽर्थाऽ, लवकर याऽ मला सोडवाऽ या यातनांतून सोडवाऽऽ...''ऽ

''रामाऽश्रीऽराऽमाऽ मला लवकर ने ऽ'' वेणाबाईंच्या जीवघेण्या किंकाळ्या खोलीतून येत होत्या...

गोपाजीपंत व राधाबाई अंगणात बाहेर उभे आहेत.

आतील आवाज व तडफड ते ऐकीत आहेत. मध्यरात्र उलटून गेली आहे. राधाबाई रडवेल्या झाल्या आहेत. त्या खोलीचे बंद दार उघडण्याच्या प्रयत्नात आहेत. गोपाजीपंत त्यांना तसे करू देत नाहीत.

''सऽमऽ र्थाऽ, श्रीऽ राऽमाऽ!''

खोल गेलेल्या आवाजात वेणाबाईंची तळमळ तडफड...यातना...!

समर्थांनी कोल्हापूर अवचित सोडले. ते वेणाबाईंना न घेता निघून गेले. वेणाबाईंची गाठ पडली नाही. त्यांना समर्थांबरोबर जावयाचे होते. राधाबाईंनी वेणाबाईंना कोंडून ठेवले होते. लोकापवाद वाढले होते. गोपाजीपंतांना हे सारे असह्य होत गेले. त्या दोघांनी एक कठोर निर्णय घेतला! त्यांच्या लाडक्या लेकीचा ते शेवट करणार होते. तिच्या अन्नात विष कालविण्याचे ठरले! राधाबाईंच्या ज्या

हातांनी इवल्याशा वेणूला दूध-भात-मेतकूट कालवून भरविले होते, त्याच हातांनी लेकीच्या ताटात आज विष घातले! जालीम विष! जेवणानंतर थोड्याच वेळात वेणाबाईंच्या पोटात कमालीची आग पडली. त्या तडफडू लागल्या. गोरापान रंग काळाठिक्कर पडला. काय झालेय हे वेणाबाईंना समजले! आई-बापावरचा विश्वास उडाला त्यांचा. ''अगं, आई गं'' हे अखेरचे उद्‌गार त्यांच्या तोंडातून निघेनात.

ती आई नव्हती! कैदाशीण होती! माता नव्हती! वैरीण होती!

आता त्यांचा होता फक्त श्रीराम!

फक्त समर्थ!

त्या अखेरच्या किंकाळ्या मारू लागल्या, ''श्रीऽराऽमाऽ समर्थाऽ''

रघुवीर समर्थ!

खोल आवाज...अगदी खोल आवाज...!

जय जय रघुवीर समर्थ

अगदी ठणठणीत आवाज घुमला...

खडावा वाजल्या!

गोपाजीपंत दचकले!

राधाबाई अवाक् झाल्या!

साक्षात समर्थ दारी आले होते!

वेणाबाईंच्या आर्त किंकाळ्या दूरवर ऐकू गेल्या!

गोपाजींनी दाराची कडी काढली,

बाहेरच्या दारातून समर्थ वेणाबाईंच्या खोलीकडे धावले.

कडी काढून एकदम आत गेले.

वेणाबाईंचा श्वास मंदावला होता.

डोळे खोल गेले होते.

अखेरची धडपड चालू झाली होती.

काळा चेहरा सारे काही स्पष्ट करून जात होता.

समर्थांनी ''श्रीराम'' म्हणून तुंब्यातील पाणी त्यांच्या अंगावर शिंपडले!

कपाळावरून हात फिरवला.

''ऊठ बाळ.'' समर्थ म्हणाले. ''प्रात:काळ जवळ येत आहे.''

''श्रीरामाऽ समर्थाऽ'' झोपेतून जागे झाल्याप्रमाणे वेणाबाई एकदम उठून त्यांना वंदन करून म्हणाल्या, ''केव्हा आलात आपण? मला लगेच का नाही उठविले?''

वेणाबाई इकडे-तिकडे पाहू लागल्या.

त्या स्वत:लादेखील ओळखेनात!

राधाबाई व गोपाजी खाली माना घालून उभे होते.

"एक शब्दही बोलू नका तुम्ही." समर्थ गरजले, "इतके करायासी नको होते. तिचा सांभाळ करण्यास श्रीराम समर्थ आहे. तुम्ही मात्र काळतोंडे ठरला आहात."

"चल वेणा," समर्थ म्हणाले, "उशीर होत आहे. लवकर पोचले पाहिजे चाफळासी..."

समर्थ निघाले

त्यांच्या पाठोपाठ वेणाबाई निघाल्या...!

त्यांनी मागे वळूनही पाहिले नाही!

आता त्या परत येणार नव्हत्या.

कधीही...!

* * *

"बादशाही हुकमाशिवाय या झाडांच्या फांद्या तोडता येणार नाहीत तुम्हाला." एक यवन अधिकारी समर्थशिष्यांना म्हणाला

"तसा हुकूम आहे" अंबाजी म्हणाला.

"आम्हाला दाखवावा लागेल."

"आणून दाखवितो."

समर्थ कोल्हापुराहून सर्व शिष्यांसह कऱ्हाडजवळ शिरगावला आले. तेथे मठस्थापना केली. अंबाजीच्या आईला व भावाला तेथे ठेवले.

टाकळीहून उद्धव शिरगावलाच समर्थांना भेटला. त्याला तसा निरोप गेला होता. इतर शिष्यपरिवारात उद्धव लगेच मिसळला.

समर्थांची निरूपणे सर्वत्र चालूच होती. मुख्य हरिकथा-निरूपण व दुसरे ते राजकारण सावधपणे सुरू झाल्यावर त्यांच्या मनी श्रीरामनवमीचा उत्सव सुरू करण्याचे आले. मात्र हा उत्सव चाफळला न करता मसूरला करण्याचे योजिले.

मसूरला रावजी कुलकर्णी होते. उत्सवाची सारी जबाबदारी आपल्या शिरावर घेण्याची त्यांची तयारी होती. त्यांना व त्यांच्या आईला समर्थांनी अनुग्रह दिला होता. रावजींनी तेथे मारुती मंदिर बांधले. समर्थांनी तेथे मूर्तीची स्थापना केली.

मसूरचा उत्सव ठरताच अंबाजीला समर्थांनी गावाची पाहणी करण्यास सांगितले. गावातून रथयात्रा व्हावयाची होती. वाटेत एके ठिकाणी एक आंब्याचे भलेमोठे झाड आडवे येत होते. काही फांद्या तोडाव्या लागणार होत्या. रघुजी आफळ्यांनी अंमलदाराकडून तशी परवानगी आणली.

अंबाजीने ती दाखविताच तशी परवानगी मिळाली. तो यवन अधिकारी जाताच समर्थ तेथे आले. त्यांनी त्या झाडाची पाहणी केली. जी फांदी रस्त्यावर येत होती, ती विहिरीवरून आली होती. समर्थांनी ''टोकाकडे बसून फांदी तोडा'' असे शिष्यांना सांगितले.

खाली विहीर असल्याने कोणी शिष्य तयार होईनात. अंबाजी झाडावर चढला व टोकाकडून फांदी तोडू लागला! समर्थ निघून गेले! अंबाजी फांदी तुटून विहिरीत पडला. त्याला पोहता येत नव्हते.

सगळे शिष्य घाबरले. अंबाजी खाली गेला व वरून फांदी पडली. विहीर खोल होती. हाक मारली तरी तो 'ओ' देईना. कोण आत उतरणार?

अखेर समर्थ आले.

''अरे अंबाजी,'' विहिरीतून डोकावून समर्थ म्हणाले, ''कल्याण आहेस काय?''

''होय, स्वामी.'' खोलातून आवाज आला, ''कल्याण आहे.'' लगेच तो वर आला.

तेव्हापासून 'अंबाजी', 'कल्याण' बनला. रामजन्माचा 'मोहोछाव' फार मोठ्या प्रमाणात साजरा झाला. लोकसमुदाय प्रचंड जमला. हे सारे त्या भागात नवीनच होते! रामनामाने सारी मसूरभूमी गर्जून निघाली. रघुजी आफळे असल्यामुळे सारे काही पार पडले. कृष्णाकाठी आल्यावर समर्थांनी साजरा केलेला मसूरचा हा पहिलाच रामजन्म!

समर्थांनी यात फार मोठे राजकारण साधले. मसूर बादशाही मुलखात होते. तेथील जगदाळे शहाजीराजांच्या विरुद्ध होता. चाफळ व मसूर यांत अंतर फार नव्हते. मसूरला राजकीय महत्त्व त्यामुळे आले होते. त्यापुढेच स्वराज्य होते!

शिवाजीमहाराजांनी बादशाही मुलखातील किल्ले व मुलूख एका पाठोपाठ घेण्याचा सपाटा लावला होता. आदिलशहा पिसाळला होता. तो राजांना धमकीची पत्रे पाठवीत होता! राजे त्याला जुमानत नव्हते.

त्याच वेळी समर्थ बादशाही मुलखात उत्सव पार पाडीत होते!

राजकारण बहुत करावे!

परंतु कळोचि न द्यावे!

* * *

''तुमच्या गावी मारुती मंदिर का नाही?'' समर्थांनी विचारले.

''तसे काही कारण नाही.'' बाहेगावचे लखुजी पाटील म्हणाले, ''पण मंदिर नाही हे खरंय.''

"आपल्या गावी मारुती असावा, असे नाही वाटत तुम्हाला?"

"वाटते की.", लखुजी म्हणाले, "पण ते म्लेंछांनी फोडले तर?"

"त्यांना गावात येऊच दिले नाही तर?" समर्थ म्हणाले, "गावातील तरुणांनी बांगड्या भरल्यात?"

"मुळीच नाही." लखुजी मिशीवर पीळ देत म्हणाले,

"मोजून पाचशे करवेल गडी उभे करतो तुमच्यासमोर आत्ता."

"वेळ आली की तयार ठेवा" स्वामी म्हणाले, "त्यांना उद्या भल्या पहाटे नदीकाठी बोलवा. मी त्यांना नमस्कार कसे घालायचे हे शिकवीन. त्यांनी नंतर रोज घालायचेत."

स्वामींनी त्यांना सूर्यनमस्कार तर शिकवलेच; पण सर्वांनी एकत्र येऊन गावाचे रक्षण करायचे हेही सांगितले. मसूरचा रामजन्म झाल्यानंतर त्यांनी मारुतीची मंदिरे सर्वत्र बांधायचे ठरविले.

शहापूर, मसूर, चाफळ, उंब्रज, माजगाव, शिराळे, पारगाव, मनपाडळे वगैरे ठिकाणी मारुती मंदिरे बांधत ते बाहे या ठिकाणी आले होते. ही सारी गावे पुराणकाळापासून प्रसिद्ध असून ती सारी कृष्णाकाठी होती. रामकथेशी जोडली गेली होती. त्यामुळे या साऱ्या परिसरात रामाचा जयजयकार चालू असायचा. मोगलांमुळे तो बंद पडला. आता स्वामींना पुन्हा नव्याने श्रीराम व हनुमानभक्तीला उजाळा द्यावयाचा होता.

गावकऱ्यांच्या आग्रहामुळे स्वामींनी बाहे गावी मारुतीची चुन्याची मूर्ती स्थापिली. उत्सव साजरा करण्याचे लखुजी पाटलांनी मान्य केले.

तरुणांच्या अंगी 'ठोसरता' येण्यासाठी हा खटाटोप समर्थांनी आरंभला होता!

* * *

आकाशी उन्हं मी म्हणीत होती. रखरखीत परिसर. जवळपास विहीरही नव्हती. तहान कधीची लागली होती.

"रंगोबा," समर्थ म्हणाले, "आता जेवणच काय, पण पाणीही मिळणार नाही. आजची दुपारची वेळ कशी पार पडणार?"

"समर्थ," रंगोबा हसून म्हणाले, "तुम्ही आज आमचे पाहुणे आहात. आम्हाला मिळेल तेच तुम्हालाही."

"आम्ही काळजी कधीच करीत नाही." समर्थ म्हणाले, "प्रसंगी आम्ही झाडपालाही खाल्ला आहे. आज तोच योग दिसतोय! बासुंदी-पुरी नव्हे."

"तीही मिळेल तुम्हाला." रंगोबा म्हणाले.

"या अरण्यात?"

"होय, इथेही मिळेल." एका विशाल आम्रवृक्षाखाली बसत रंगोबा म्हणाले, "बसा इथे. समर्थ, घ्या विश्रांती जराशी."

त्यांना तेथे बसून थोडावेळ झाला नाही, तोच पलीकडच्या दरडीवरून कुणीतरी येताना दिसले!

"नमस्कार स्वामी." रंगनाथ स्वामींना वंदन करून तो म्हणाला "मी किन्हईकर कुलकर्णी. नवस बोललो होतो बासुंदी-पुरीचा! या अरण्यात रात्री तुम्ही मला दिसला. आता हे भोजन करावे. आशीर्वाद मिळावा."

राजयोगी रंगनाथांची वाणी सार्थ झाली! समर्थांनी सहज त्यांना डिवचले होते! परंतु रंगोबांचे राजयोग त्यांना पाहण्यास मिळाले!

आपल्या वडिलांची म्हणजे निजानंदस्वामींची पुण्यतिथी रंगनाथस्वामी दरवर्षी कऱ्हाडला साजरी करीत. त्या निमित्ताने कथा-कीर्तने होत.

रंगनाथांनी आग्रह केल्यामुळे समर्थ यंदा कऱ्हाडला आले होते. समर्थ फार गडबडीत होते. चाफळच्या राममंदिराची तयारी चालू होती. मूर्ती तयार होऊ लागल्या होत्या.

कऱ्हाडला त्यांच्या ओळखी पुष्कळ झाल्या होत्या. त्यामुळे त्यांनाही प्रवचने व कीर्तने करावी लागली. विलक्षण गर्दी झाली. दत्तोपंत पाठकही आले होते. या उत्सवाला ते दरवर्षी येत.

हे संपताच रंगोबांनी समर्थांना निगडीला चलण्याचा आग्रह केला. तेथे जयारामांची गाठ पडणार होती. निगडीजवळच बासुंदी-पुरीचे जेवण मिळाले होते.

समर्थांना नवी प्रचिती आली!

* * *

"एका गोसाव्याने दोन मूर्ती पळविल्या आहेत... तो आत्ताच चरेगावकडे पळाला आहे." गुराख्याच्या पोरांनी गावकऱ्यांना दिशा दाखविली!

अंगापूरच्या डोहात समर्थांना महिषासुरमर्दिनीच्या बरोबर धनुर्धारी श्रीरामाची लावण्यमयी मूर्ती सापडली. तिची रेखीवता अप्रतिम होती. त्याच रामानंदात ते पुढे निघाले.

चरेगावजवळच्या सुकण्याच्या खिंडीत अंगापूरच्या पुष्कळ गावकऱ्यांनी समर्थांना पाहता पाहता गाठले! काठ्या-कुऱ्हाडी घेऊन ते धावत-पळत आले होते. गावच्या गुराख्यांनी ही वार्ता दिली होती. कृष्णेच्या डोहात त्यांना त्या सापडल्या.

"मूर्ती आमच्या आहेत." धिटाईने पुढे जाऊन पवाराचे पोर म्हणाले.

"त्या परत द्या, मुकाट्याने." कोंडीबा मुसळे जोरात म्हणाला.

"आमच्याच वाडवडिलांनी त्या डोहात ठेवल्या होत्या." बजाबा माने म्हणाला.

"फोडल्या जाऊ नयेत म्हणूनच ठेवल्या होत्या तेथे."

"ठीक आहे" समर्थ म्हणाले, "या, घेऊन जा."

समर्थ लगेच पुढे निघून गेले

रंगनाथांनी आग्रह केल्यामुळे समर्थ निगडीत गेले होते. तेथे कथा-कीर्तनाचे बरेच कार्यक्रम झाले. तेथून ते लगेचच परत निघाले.

* * *

वाटेत त्यांना अंगापूर लागले. तेथील कृष्णेच्या डोहात त्यांना त्या मूर्ती सापडल्या होत्या.

त्या मूर्ती समर्थांनी खाली ठेवताच ते उचलू लागले. पण मूर्ती जड असल्याने कुणालाच उचलता येईनात. मी मी म्हणणारे पैलवानही थकले. मूर्ती उचलून गाड्यात ठेवता येईनात.

गावकऱ्यांना आपली चूक समजली. चाफळला जाऊन त्यांनी समर्थांची क्षमा मागितली. मूर्ती घेऊन जाण्यास विनवले.

समर्थांनी भानजी गोसाव्याला त्या मूर्ती आणण्यास पाठविले!

ही श्रीरामाची इच्छा होती!

* * *

"महाराज," गिरी गोसावी म्हणाले, "बिदागी घ्यावयाची नाही, असा आमचा दंडक आहे."

"पण आम्ही देत आहोत." राजे शिवाजी म्हणाले

"समर्थ चाफळी राममंदिर बांधत आहेत." गिरी गोसावी म्हणाले, "त्यासाठी मदत मिळावी. ती समर्थांना मी पोच करीन."

"आमचे चाफळचे मामलेदार तीनशे होन आणून देतील समर्थांना मंदिरासाठी." राजे शिवाजी म्हणाले, "त्याचा जरूर स्वीकार करण्यास स्वामींना सांगावे. मंदिर लवकर पूर्ण व्हावे."

चाफळच्या मंदिरासाठी पैशाची गरज अत्यंत होती. समर्थांचे अनेक रामदासी विविध भागांत त्यासाठी निघाले.

गिरीगोसावी कीर्तने करीत करीत नाशकापर्यंत गेले. स्वामींचे शिष्य म्हणून त्यांच्या कीर्तनाला तेथे गर्दी होऊ लागली. समर्थांनी त्यांना टाकळीलाही जाण्यास

सांगितले होते. तसे ते गेले. सर्वांच्या गाठी घेतल्या. कीर्तनेही केली.

येताना गिरीगोसावी पुण्याला थांबले होते. तेथेही कीर्तने चालू होती. राजे शिवाजी वाड्यावर आहेत हे समजल्यावर त्यांनी तेथे जाऊन कीर्तन केले. राजे संतुष्ट झाले. समर्थांची माहिती व कार्य त्यांना समजले होते. त्यांना भेटण्याची तळमळ त्यांना लागली होती. पण योग येत नव्हता.

नरसोमलनाथ अंबरखान्यांनी समर्थांना तीनशे होन आणून दिले.
गिरी गोसावी आल्यावर समर्थांना सारा खुलासा झाला.
मंदिर बांधण्यास आता कसलीच अडचण नव्हती!
गमो पंथ आनंत या राघवाचा!

* * *

चारी बाजूंनी पैशाचा ओघ चालू झाला. आनंदराव देशपांडे चाफळकरांनी पुष्कळ रक्कम वेळोवेळी दिली. मामलेदारांनीदेखील स्वत:चे पैसे दिले.

मंदिराचा आराखडा स्वामींनी स्वत: तयार केला होता. एकान्तासाठी त्यांनी तेथे मोठे तळघर बांधले होते. शिंगणवाडीच्या घळीत राहून स्वामी सूचना देत.

अंगापूरला सापडलेल्या श्रीरामाच्या मूर्तीची स्थापना समर्थांनी तेथे केली. फार मोठ्या प्रमाणात भाविक गोळा झाले होते.

समर्थांना नेमकी हीच गोष्ट हवी होती. आदिलशहाच्या द्यानतराव या दिवाणांनी चाफळच्या जमिनी चाफळच्या रामाला इनाम म्हणून दिल्या! समर्थांनी केलेले हे सर्वात मोठे राजकारण! आता मंदिराला कसलीच भीती नव्हती!

चाफळच्या अणुरेणूंत श्रीरामाचा जयघोष दुमदुमू लागला. कधी कुणी नाही पाहिला! दाटी जाहाली. रंगी हरिदास मिळाले.

दास डोंगरी राहतो
यात्रा देवाची पाहतो!

* * *

नरसोमलनाथ अंबरखान्यांमुळे शिवाजीमहाराजांचे पुष्कळ अधिकारी चाफळला येत. समर्थ भेटले की महाराजांचा विषय निघायचा. समर्थांची अजून महाराजांशी भेट जाहली नव्हती. त्यामुळे त्यांचे औत्सुक्य वाढू लागले होते. त्यांचे स्वराज्याचे स्वप्न महाराजांच्या कामगिरीमुळे साकारू लागले होते.

नेमकी हीच परिस्थिती शिवाजीमहाराजांची जाहली. समर्थांना भेटलेले अधिकारी त्यांना भेटल्यावर ते समर्थांविषयी सारे सांगायचे. हा जगावेगळा रामभक्त अजून त्यांना पाहण्यास मिळाला नव्हता. ते त्यांना भेटण्याचे ठरवीत; परंतु एखादी मोहीम निघायची. जाणे लांबायचे.

समर्थांनी हे सारे जाणले होते. रोज नव्या विजयाच्या वार्ता येत होत्या. एका पाठोपाठ एक यवनी गड स्वराज्यात दाखल होत होते! आनंदवनभुवनी चैतन्याचे वारे वाहू लागले.

समर्थांना राहवेना. कल्याणाकडून त्यांनी लेखनसाहित्य मागून घेतले. महाराजांना पत्र लिहायचे होते. कल्याणाला ते सांगू लागले लिहिण्यास.

निश्चयाचा महामेरू
बहुजनास आधारू
अखंड स्थितीचा निर्धारू
श्रीमंत योगी।।

परोपकाराचिया राशी
उदंड घडती जयासी
तयाचे गुण महत्त्वासी
तुळणा कैची।।

नरपति हयपति।
गजपति गडपति
पुरंदर आणि शक्ति
पृष्ठभागी।।

यशवंत कीर्तीवंत
सामर्थ्यवंत वरदवंत
पुण्यवंत आणि जयवंत
जाणता राजा।।

उदंड राजकारण तटले
तेथे चित्त विभागले
प्रसंग नसता लिहिले
क्षमा केली पाहिजे।।

समर्थांनी पत्र पुन्हा वाचले.

तातडीने ते देण्यासाठी गिरीगोसावींना पाठविण्यास कल्याणला सांगितले.

१५२ ○ दास संतुष्ट जाला

ते पुण्याला महाराजांकडे जाऊन आले होते.

गिरीगोसावींनी तपास केला. महाराज माहुलीत होते. त्यांनी तेथे जाऊन पत्र दिले!

साक्षात समर्थांचा दूत व पत्र पाहून शिवाजीमहाराज हरखले!

* * *

शिवाजीराजांचे तातडीने आलेले उत्तर कल्याणाने समर्थांना वाचून दाखविताच त्यांना समाधान वाटले. उत्तर त्यांना अपेक्षित होतेच.

समर्थ शिंगणवाडीच्या खिंडीखालील बागेत बसले होते. चिंचेचा एक डेरेदार प्रचंड वृक्ष होता. त्याखाली समर्थ नेहमी बसत. हा परिसर त्यांना फार आवडे.

दासबोध लिहिण्याचे कार्य तेथेचि चालायाचे. कल्याण लिहून घ्यावयाचा. त्याचे अक्षर फार वळणदार होते.

माहुलीहून दुसऱ्या दिवशी भल्या पहाटे राजे निघाले. निळो सोनदेव मुजुमदार, बाळाजी आवजी चिटणीस वगैरे मंडळी सांगाती होती. मधल्या वाटेने ते चाफळीला आले. महाराज येत असल्याची वार्ता मामलेदार अंबरखान्यांना मिळाली होती. मंदिरात ते उपस्थित होते.

चाफळला येताच राजांनी प्रथम श्रीरामाचे डोळे भरोनिया दर्शन घेतले.

दिवाकरभट गोसावींबरोबर राजे शिंगणवाडीला आले. परिसरातील दाट हिरवी जाळीची झाडी पार करीत सारी मंडळी समर्थांनजीक आली. दासबोध-लेखन चालूच होते.

समर्थांनी महाराजांकडे व महाराजांनी समर्थांकडे एकदम पाहिले.

ही भेट वेगळी होती. अपूर्व होती.

शक्ती व भक्ती यामुळे एकत्र येत होत्या.

लेखणी व तलवारीत फरक राहणार नव्हता. इस्लामी आक्रमणाला शह देण्यासाठी दोन महान शक्ती जन्माला आल्या होत्या.

हा परमेश्वरी संकेत होता.

ही दोन कार्यक्षेत्रे वेगळी होती.

परंतु ध्येय एकचि होते.

यातूनच हिंदुपदपादशाहीचा उदय होणार होता!

* * *

पावसाची भलीमोठी सर नुकतीच येऊन गेली होती. सगळीकडे पाणीच

पाणी झाले. झिमझिम चालूच होती.

शिवथरच्या घळीतून समर्थ एकदम बाहेर आले. बऱ्याच दिवसांत ते भिजले नव्हते. आज त्यांना लहर आली. दासबोधाचा एक समास संपताच ते उठले. कल्याण पाहतच राहिला.

घळीच्या वरच्या वनराईत जाऊन समर्थ उभे राहिले. श्रावणसरींचे वैभव अशा सह्याद्रीच्या कुशीकुशीतून मोहरले होते. हिरवी हिरवी वसुंधरा न्हाऊन निघाली होती. चिमुकले ओहळ वाट फुटेल, तिकडे वाहत होते.

वरच्या बाजूला रानकेळी डंवरल्या होत्या. त्यांच्या लांबलचक पानापानांतून पावसाचे पाणी समर्थांच्या अंगावर टपकत होते. वाऱ्याचा झोत आला, की एकदम वर्षाव वाढायचा. अंगावर हलकेच काटा यायचा. अंग शहारायचे.

एकदम त्यांना राणाऊंची आठवण झाली. त्यांची नजर चुकवून नारायण हळूच बाहेर यायचा! राणाऊ ओरडायच्या, हाका मारायच्या. नारायण आत आल्यासारखा करायचा...पुन्हा बाहेर यायचा...!

नाही म्हटले, तरी समर्थ अस्वस्थ झाले. बऱ्याच दिवसांत श्रेष्ठांकडून काही निरोप नव्हता. आनंद रामदासी सहज फिरत-फिरत जांबेकडे गेला होता. राणाऊंची तब्येत बरी नसल्याची वार्ता त्याने आणली होती. त्या फार थकल्या होत्या. संधिवाताने गुडघे सुजायचे. त्यांना चालता यायचे नाही.

समर्थांना त्यांची काळजी वाटू लागली. तिकडे जाण्यासारखी परिस्थिती नव्हती.

--- त्यांनी सहज खाली पाहिले. जयरामस्वामी डोंगर चढत होते. वाट निसरडी झाली होती. त्यामुळे वेळ लागत होता.

जयरामांना पाहताच त्यांच्याकडील गोकुळअष्टमीच्या उत्सवाची त्यांना आठवण झाली. पंढरीतच त्यांनी निमंत्रण दिले होते.

आषाढीला समर्थ पंढरीला गेले होते. तुकोबांनी त्यांना प्रेमाने बोलावले होते. वारकऱ्यांचे तांडेच्या तांडे पंढरीनाथाचा जयजयकार करीत चारही बाजूंनी पंढरीला निघालेले होते.

सहज बरवा सहज बरवा
सहज बरवा विठोबा माझा
सहज सावळा दिगंबर
सहज कटी कर ठेवूनि उभा
रामी रामदास म्हणे
सहज अनुभव तोचि जाणे!

पांडुरंगाची विलक्षण ओढ वाटत होती त्यांना. वडूजच्या परिसरात रंगनाथस्वामी

व जयरामस्वामी भेटले. तेही वारीलाच चालले होते. अनायासे गाठी पडल्या. विविध विषयांवर बोलत बोलत वाटचाल चालू होती.

पंढरी केव्हा आली, हे कळलंच नाही

पंढरीच्या अणुरेणूत विठ्ठलनाम गर्जत होते, दुमदुमत होते. सोनियाचा दिवस जाला. पांडुरंग रंगी आला. भाग्ये पाहिली पंढरी, दृष्टी विठ्ठली जडली. पाऊलापाऊली पताकांची दाटी जाहली होती. कीर्तनांचे फड उभे होते.

तुकारामांच्या कीर्तनाला विलक्षण गर्दी झाली होती. समर्थ, रंगनाथस्वामी, जयरामस्वामी अगदी समोर उपस्थित होते. तुकोबांना मनस्वी आनंद झाला. गाठीभेटी पार पडल्या. तुकोबा भारावून गेले.

रंगनाथस्वामी व जयरामस्वामींच्या बरोबरीने समर्थांचेही कीर्तन वाळवंटी झाले. अजून पाऊस नसल्याने ते मोकळे होते.

पंढरीजवळच्या मेथवड्याचे अंताजीबुवा मेथवडेकर त्यांना भेटले. समर्थांचा अनुग्रह घेऊन त्यांनी मेथवड्याला मठस्थापना केली होती. रामजन्माचा सोहळा ते मोठ्या प्रमाणात साजरा करीत.

परतीचा प्रवासही सर्वांनी मिळून केला. निगडीला समर्थांना रंगनाथस्वामींनी काही दिवस ठेवून घेतले. जयरामांनी गोकुळअष्टमीला येण्याचा आग्रह फार धरला होता.

आता जयरामांना पाहताच त्यांना हे सारे आठवले. थोड्याच वेळात जयराम वर आले. सह्याद्रीच्या ह्या श्रावणसरीत ते प्रथमच येत होते. इहलोकींचा हा स्वर्ग पाहोनिया ते हरखूनच गेले.

सारे पंचायतन आता वडगावी जमणार होते!

* * *

शिवथरची घळ हळूहळू 'सुंदरमठ' म्हणून ओळखली जाऊ लागली. ती केवळ तेथील अति रमणीय वनश्रीमुळेच. डोळियांचे पारणे फिटावे अशी वनराई हिरवाई! दासबोधाचे लेखन जरी तेथे चालू होते, तरी समर्थांचे सलग राहणेही होत , नव्हते व लेखनही. चाफळपरिसरात त्यांचा संचार चालू असायचा. तेथील सृष्टी-सौंदर्याची विलक्षण भुरळच त्यांना पडली होती.

चंद्रराव मोऱ्यांचे पारिपत्य होण्यापूर्वी समर्थ पुष्कळ वेळा परळीला जाऊन राहत. शिवथरला जाण्यासाठी तेथे गुप्त वाटाही तयार झाल्या होत्या. राजांशी महत्त्वाची बोलणी करण्यास हे सोयीचे होई. अशा गुप्त भेटी व वाटाघाटी नेहमी होत.

जावळी खोऱ्यातील भोरप्या डोंगरावरील प्रतापगड बांधताना समर्थांनी

विशेष लक्ष दिले. गड तसा लहान पण बिकट होता. त्यात सहा गुप्त वाटा तयार केल्या गेल्या. शिवाय मंगलगड, चंद्रगड, मकरंदगड वगैरे त्याच परिसरातील किल्ले पक्के केले जात होते. ठाणी बसविली जात होती. आरमारही वाढविण्याचे कार्य वेगाने चालू झाले होते. फिरंगी आक्रमणाचा धोका वाढला होता.

राजे व समर्थ त्यामुळे इतके गुंतले गेले, की वेळ पुरायचा नाही. दासबोधाचे लेखन त्यामुळे रेंगाळत राहायचे.

दासबोध म्हणजे साक्षात समर्थांचेच तत्त्वज्ञान. दासबोध हे त्याचे प्रतिरूप. त्यांचा संप्रदाय चांगलाच वाढीला लागला होता. त्यांच्यासाठी मार्गदर्शनस्वरूप लिहिणे भागच होते.

हरिकथा-राजकारण-सावधपणा व चातुर्य हे त्यानी प्रमुख सूत्र ठेवले होते. स्वराज्यातून त्यांना सुराज्य साधायचे होते. त्यांना नुसते स्वप्नरंजन नको होते. वस्तुस्थिती दाखवायची होती. आदर्श समजावून सांगायचे होते. आत्यंतिक गरज होती ती याच भावनेची. रामदासी संप्रदायाच्या विस्तारातून हेच साधायचे होते. लोकांचा विश्वास संपादणे हे महत्त्वाचे ठरत होते. लोकसंग्रहातूनच हे साधणार होते.

यासाठीच रामजन्म व हनुमानजयंती हे उत्सव सर्वत्र मंदिरे स्थापन करून सुरू केले. समाजातील सर्व थरांतील लोक यामुळे एकत्र येणार होते.

परमार्थ साधताना प्रपंच नेटका करावा, हे अगोदरच त्यांनी सांगून टाकले होते. एवढेच नव्हे, तर तो कसा करावा हेही सुचविले.

मनुष्य कसा असावा व नसावा हे या निमित्ताने त्यांना सांगायचे होते. मूर्खांची अवहेलना कशी होत राहते हे दाखविताना उत्तम पुरुष कसा असतो, हेही स्पष्ट केले. ह्या लोकधर्माबरोबर राजधर्म व क्षात्रधर्मही त्यांनी लिहिला. हे सुराज्य म्हणजे दुसरे रामराज्यच. ते साकारणार होते फक्त राजे शिवाजी!

समर्थांचे 'आनंदवनभुवन' ह्याहून वेगळे नव्हते!!

* * *

''मी कुलकर्णी पाटोदेकर'' एक अनोळखी ब्राह्मण समर्थांजवळ येऊन वंदन करून म्हणाला, ''जांबेहून आलोय मी''!

''वा! असे जवळ या.'' त्यांना जवळ बसवून समर्थ म्हणाले, ''काय म्हणतात मातोश्री आमच्या? कुशल आहेत ना?

''ते सांगण्यासच आलोय मी,'' कुलकर्णीबुवा म्हणाले, ''मातोश्रींची प्रकृती चांगली नाही. अशक्तपणा कमालीचा आलाय त्यांना. आपल्या भेटीस फार काळ होऊन गेलाय. त्यांनी लवकर बोलावले आहे आपल्याला. दारात आपली वाटच

पाहत बसलीय ती माऊली.''

"खराय तिचे.'' डोळियांपुढे राणाऊंना साकार करीत समर्थ म्हणाले, "तिला भेटलेच पाहिजे. जांबेला लवकरात लवकर निघायला हवे आता. श्रेष्ठ बरे आहेत ना?''

"त्यांचे क्षेम आहे'' कुलकर्णी म्हणाले,"त्यांनीही लवकर येण्याचे करावे असे मला सांगितले आहे. मातोश्रींचा काही भरवसा राहिलेला नाही. मी आळंदीला गेलो होतो. येताना मुद्दाम तुम्हांकडे जाण्यास मातोश्रींनी मला वारंवार बजावले.''

समर्थ शिंगणवाडीच्या पुष्पवाटिकेत होते. रायगडाहून चाफळला येताना प्रथम शिंगणवाडी लागते. राजांना हे सोयीचे व्हायचे. त्यांच्या भेटी सारख्या चालू होत्या. त्यामुळे समर्थ तेथेच राहिले होते. महत्त्वाचे राजकारण चालू होते. कोकण व सारा सागरकिनारा ताब्यात घेण्याचे प्रयत्न चालू होते!

शंभू गोसावी व केशव गोसावी कोकण प्रांती जाऊन राहिले होते. अनेक रामदासींचा संचार भिक्षेसाठी कोकणात सर्वत्र चालू होता. त्यांच्या साखळीतून सतत समर्थांना विविध गुप्त निरोप मिळत. ते समर्थ राजांना सांगत किंवा त्यांच्याकडे पोचविले जात.

काही दिवसांपूर्वी राजे शहाजी समर्थांच्या भेटीला आले होते. बरोबर जिजाऊमाता व व्यंकोजीराजेही होते. त्यांना कर्नाटकात काही राजकारण नव्याने करायचे होते.

अतिशय गडबडीत समर्थ होते, तरी त्यांनी जांबेला जाण्याचे ठरविले. तसा निरोप कुलकर्णीबुवांजवळ दिला. काव्यरूप पत्रच त्यांनी लिहून दिले. कुलकर्णी लगेचच गेले! राजांनाही तसा निरोप पाठविला. लवकर येण्याचे त्यांनी सांगितले होते.

आता राणाऊंशिवाय समर्थांना दुसरे काहीच सुचत नव्हते!

* * *

कल्याण, उद्धव व इतर काही शिष्यांसमवेत समर्थ अखेर लगेच जांबेला निघाले. वाटेत ठिकठिकाणी त्यांची कीर्तने व प्रवचने चालू झाली. त्या गावचे लोक त्यांना पुढे जाऊ देत नसत. अनुग्रहही ठिकठिकाणी त्यांना द्यावे लागत.

कधी एकदा राणाऊंना भेटतो असे त्यांना जाहले. पाटादेकरांच्या बरोबर त्यांनी जे पत्र दिले होते, त्यात त्यांची राणाऊबद्दलची मातृभक्ती स्पष्ट दिसते---

"तू भवसिंधूचे तारू
तू भक्तीचा आधारू
तू अनाथांचे अवसरू

दास संतुष्ट जाला ○ १५७

वैष्णवी माया।
तू भावार्थांची जननी
तू विरक्तास जीवनी
तू भावार्थांची खाणी
भजनशील।।''

फाल्गुनाच्या रणरणत्या उन्हाहून त्यांचा प्रवास चालू होता. पैठण केव्हाच मागे पडले होते. जांबेच्या पाऊलखुणा दिसू लागल्या होत्या. घरी येण्यास त्यांना तिन्हीसांज झालीच अखेर!

राणाऊ देवापुढे निरांजन लावीत होत्या... ''लवकर पाठव रे नारायणाला मारुतराया.'' डोळे मिटून हात जोडोनिया प्रार्थना चालू होती त्यांची. श्रेष्ठ रामरक्षा म्हणीत होते. रामजी व शामजी ऐकत बसले होते. तोच खणखणीत आवाजात दारात श्लोक सुरू झाला...

''सदा सर्वदा प्रीति रामी धरावी
दुःखाची स्वये सांडि जीवी करावी
देहे दुःख ते सूख मानीत जावे
विवेके सदा स्वस्वरूपी भरावे
जय जय रघुवीर समर्थ''

अंधारातून धडपडत राणाऊ जवळजवळ धावतच बाहेर आल्या.
''नारायणाऽ''
त्या नीरव शांततेत राणाऊंची हाक समर्थांच्या डोळियांत पाणी आणून गेली!
कल्याण व उद्धवचे डोळेदेखील पाणावले.
ही भेट होती भाववेड्या माऊलीची.
तिचा तान्हुला भेटला होता तिला!
ही माऊली---
तिच्या लेकराच्या सकळ तीर्थांची
फलश्रुती होती.
भाग्याची संपत्ती होती.
ती होती चतुर्विधा वागेश्वरी
परापश्यंती मध्यमा वैखरी
भक्तीची नवरत्नमाला
कीर्तीची चंद्रकळा

मुक्तीचे माहेर
भक्तांचा आधार
योगीजनांचे मंदिर
भगवंताचा महिमा
निरुपमासी उपमा
ती होती उन्मनीहून परती
संतांची संगती
साधकांची सद्गती
कृपेचे सत्पात्र.

--- तिच्या वरोनिया पंचप्राणांना ओवाळण्यासाठी तो आला होता घरी! तिचा लाडका नारबा!

''आऽईऽ''

या त्याने मारलेल्या हाकेत लपली
होती त्याची अंतरवृत्ती,
त्याच्या जिवाची गती
ती वर्णावया मती, कैची?

शब्द फुटत नव्हते. बोलत होते फक्त डोळे!

समर्थांच्या पाठीवरून फिरत होता एक सुरकतलेला, अस्थिपंजर झालेला, थरथरणारा, जगावेगळ्या मायेचा हात!

त्या हातात लपली होती माया युगायुगाची!

* * *

''नारबा,'' त्या तशा विकल अवस्थेत राणाऊ म्हणाल्या, ''आज मी तुझ्यासाठी पुरणाच्या पोळ्या करणार आहे.''

''अगं आई,'' समर्थ आश्चर्याने म्हणाले, ''तुला जागचे हलता येत नाही, उठणे जमत नाही, बसणे कठीण जाते आणि हे पुरणाचे काय काढले आहेस? अगं, वहिनी करतील की पोळ्या.''

''आज नको.'' राणाऊ निश्चयाने म्हणाल्या ''ती नंतर पुष्कळ वेळा करून घालेल तुला. पण तेव्हा मी असणार नाही! या जिवात जीव आहे तोपर्यंतच तुला आता शेवटच्या पोळ्या घालू दे रे मला. तू आल्यामुळे आता दहा हत्तींचे बळ आलेय माझ्या अंगात.''

समर्थांचा नाइलाज झाला. श्रेष्ठांना काहीच बोलता येईना. अक्षरशः अंथरुणाला

खिळून राहिलेला पराकोटीचा जीर्ण देह आज ताडकन उठला! पार्वतीबाईंनी पुरणाची सारी तयारी करून ठेवली. राणाऊंनी पाहता पाहता ढीगभर पोळ्या केल्या!

आपल्या आज्जीला पोळ्या करता येतात, हे रामजी-शामजींना प्रथमच कळले. त्यांनी आज्जी पाहिली होती ती अंथरुणावर पडलेलीच.

आपण किती पोळ्या खात आहोत, हे स्वामींना कळत नव्हते!

त्या पोळ्यांना जगावेगळी चव होती.

त्या करणाऱ्या माऊलीची माया त्याहुनी वेगळीच होती.

तिच्या सुखानंदाला आज उधाणु आले होते.

तिचा नारबा तिच्यासमोर बसून आज जेवत होता.

तिच्या हातचे खात होता.

शेवटचे

अगदी शेवटचे!

* * *

''नारायणा,'' रामनवमीचा उत्सव रामानंदात पार पडल्यावर श्रेष्ठ म्हणाले, ''तू आता जाण्याची घाई करू नकोस, आईची काहीच जाण्याची खात्री राहिलेली नाही. स्पष्ट बोलायचे नाही; पण पिकले पान केव्हा गळून पडेल, याचा काहीच नेम नाही. तू येऊदेखील शकणार नाहीस.''

''मी अगदी वेळेवर येईन त्या वेळी, दादा,'' समर्थ गंभीर होऊन म्हणाले, ''तुम्ही काळजी नका करू. इथे फार काळ राहता येणार नाही. शिवाजीराजे मग उगाचच अस्वस्थ होतील.''

''थोडे दिवस तरी रहा.''

''मी आल्यापासून तिला एक नवीन औषध चालू केले आहे.'' समर्थ म्हणाले, ''जरंड्यावर मला एक अत्यंत दुर्मीळ अशी वनस्पती मिळाली. त्यामुळे आईला जरा बरे आहे. रामकृपाच आहे ही.''

''हे सारे तू आहे तोपर्यंत.'' श्रेष्ठ नाराजीने म्हणाले, ''तू गेलास की पुन्हा अंथरूण धरेल. तुझी उपस्थिती हेच औषध आहे तिचे.''

समर्थांनी श्रेष्ठांची समजूत काढली. राणाऊंनी त्यांना अडवले नाही. पुन्हा येण्याचे कबूल करून समर्थ निघाले. चालवत नव्हते तरी राणाऊ दारी आल्या.

दूरवर जाणारा नारबा दिसेनासा झाला, तरी त्या तिथेच उभ्या होत्या.

डोळियांचे अश्रू आतां थांबणार नव्हते!

* * *

"स्वामी, ही वाट वेगळी आहे काय?" उद्धव म्हणाला, "ही गावे येताना लागली नव्हती. वाट चुकली नाही ना?"

"नाही" समर्थ हसून म्हणाले, "आपण मातापुरी निघालो आहोत. दत्तात्रेयांच्या दर्शनाची ओढ लागलीय मला."

"राजे वाट पाहतील" कल्याण म्हणाला,"लवकर जाण्याचे आपणच म्हणाला होता. आता थोडा बेत बदललाय."

निसर्गरमणीय ठिकाणी मातापुरी श्री दत्तांचे स्थान होते. दर्शन झाल्यावर समर्थांना प्रसन्न वाटले.

तेथे काही तेलंगी शिष्य भेटले. त्यांनी त्यांच्या गावी चलण्याचा आग्रह केला. समर्थांना नाही म्हणवेना. त्यांना तेलंगी भाषा समजत होती. येत होती. तीर्थयात्रेच्या वेळी ते तेलंगणात काही काळ राहिले होते.

हे इंदूरबोधन गाव गोवळकोंड्याच्या सुलतानी अमलाखाली होते. गावकऱ्यानी आग्रह केल्यामुळे समर्थांनी तेथे प्रताप मारुतीची व कोदंडधारी श्रीरामाची स्थापना केली.

"स्वामी," व्यंकटशास्त्री म्हणाले, "आपण येथे राहण्यास यावे, अशी आमची इच्छा आहे."

"मला नाही राहता येणार." स्वामी म्हणाले.

"मग ह्या मठाची व्यवस्था कोण पाहणार?" व्यंकटशास्त्री म्हणाले,"आम्हाला यवन त्रास देतील"

"ठीक आहे." समर्थ म्हणाले, "आमचे हे उद्धव गोसावी राहतील इथे. काळजी घेतील. मठाचा विस्तारही करतील."

समर्थांनी उद्धवाची समजूत काढून त्याला इंदूरबोधन मठाची व्यवस्था पाहण्यास सांगितले. तेलंगणात अशा मठाची फार गरजच होती. मारुतीमंदिराची जागा रमणीय होती. पाठीशी हिरवागार डोंगर, वरून खाली पडणारे गोड गोड पाणी. त्यामागे एक घळ होती.

समर्थांना ती फार आवडली. तेथे चिंतन झाल्यावर समर्थांनी तेथील दगडावर खालील ओळी कोरल्या–

श्रीराम भक्त मूळ रे प्रसन्न सानुकूळ रे
समर्थ तो तया गुणे तयास सर्व ठेंगणे!!

* * *

"आईऽ आईऽ"

समर्थ झोपेत ओरडत होते. शेजारी कल्याण झोपलेला होता. त्याने समर्थांना जागे केले.

"काय झाले स्वामी?"

"स्वप्न पडले काहीतरी."

"कशाबद्दल होते?"

"स्पष्ट आठवत नाही." समर्थ गंभीर होऊन म्हणाले, "पण राणाऊ अत्यंत आजारी आहेत. श्रेष्ठांच्या मांडीवर तिने डोके ठेवले आहे. नारबाऽ नारबा असे ती पुटपुटत आहे. श्रेष्ठ तिच्या मुखात गंगाजळ घालीत आहेत, असे काहीतरी होते. नीट आठवत नाही."

"काय अर्थ घ्यावयाचा याचा, स्वामी?"

"अर्थ सरळ आहे." समर्थ म्हणाले, "आईची तब्येत एकदम बिघडली आहे. प्राण केवळ माझ्यासाठीच घुटमळत आहे. मला तातडीने निघायला हवे"

"मध्यरात्र उलटत आहे अजून." कल्याण म्हणाला, "काळोख भलताच आहे बाहेर. वाट नीट दिसणार नाही, स्वामी."

तरीही स्वमी निघालेच. बरोबर येण्यासाठी कल्याणने हट्ट धरला. पण त्यांनी कुणालाच बरोबर घेतले नाही.

ते विलक्षण गतीने निघाले. जवळजवळ पळतच. राणाऊशिवाय दुसरे काहीच नव्हते त्यांच्या डोळियांसमोर. बाळपणीच्या नाना आठवणी दाटल्या होत्या.

घर येताच ते मागील दारी गेले "आ ऽ ई!" नारबा ओरडला. स्वप्नी पाहिले तेचि येथे होते. श्रेष्ठांच्या मांडीवर राणाऊंचे डोके होते. थेंब-थेंब गंगाजल ते पाजत होते.

नारबाचा आवाज त्या तशा अवस्थेतही राणाऊंना समजला. हालचाल बंद पडली होती. तरीही अस्थिपंजर हात नारबाच्या मुखावरून फिरविताच तो हात कोसळला!

"नाऽरऽबाऽ, पाऽणीऽ पाणीऽ" नारबाने गंगाजल त्यांच्या मुखी टाकण्यास आरंभ केला.

डोळे उघडण्याचा प्रयत्न यशस्वी झाला. प्राण डोळियासी आणोन डोळे कसेतरी उघडले.

"नाऽरऽबा..."

राणाऊंचा अखेरचा शब्द कसातरी ऐकू आला.

अखेरचा शब्द.

नारबाची राणाऊ आता त्याला पुन्हा हाक मारणार नव्हती.

"नारबा" असे आता कुणीही म्हणणार नव्हते. लाभाविण प्रीती करणारी प्रेमळ कुडी आता जांबेत दिसणार नव्हती.

नारबासाठी रडून रडून थकलेले डोळे आता कायमचे विसावले होते.

कृष्णाकाठी राहणाऱ्या नारबाला आता गोदाकाठींचे जांब, लांब राहणार होते. श्रेष्ठांशिवाय आता दुसरे कोणीच नव्हते. त्यांच्या अंतरी लपल्या होत्या फक्त राणाऊ. ती सकळ भाग्याची संपत्ती उरली नव्हती.

दूरदेशी कृष्णाकाठी असलेल्या समर्थांसाठी कृपाळूपणे रघुनाथासी कोण आता करुणा भाकणार!

* * *

राणाऊंच्या आठवणी उराशी बाळगून जड पावलांनी समर्थ जांबेहून परतले. काही दिवस त्यांना काहीच सुचत नव्हते. चाफळच्या परिसरात सर्वत्र त्यांचे जाणे-येणे चालू होते.

शिंगणवाडीच्या बागेत राजांची अकस्मात भेटी जाहली. त्यांनी समर्थांचे सांत्वन केल्यानंतर कर्नाटकाची आठवण करून दिली.

"आम्ही विसरलो नाही."

"असे नव्हते म्हणायचे आम्हाला." राजे म्हणाले, "पण आता अधिक वेळ मोहिमा थांबवणे शक्य नाही. सर्वत्र हातघाई सुरू आहे."

"आम्ही निघण्याच्या तयारीतच आहोत." समर्थ म्हणाले, "काळजी नसावी"

समर्थ खरोखरच निघाले. बरोबर कल्याणला घेतले.

मिरजेत जयरामांची भेट झाली. तेथे त्यांची कीर्तने चालू होती. तेथील ठाणेदार दिलेरखान त्यांना त्रास देत होता.

समर्थांनी त्याची भेट घेऊन त्याचा गैरसमज दूर केला. एवढेच नव्हे तर खानाने मिरजेला मठस्थापनेसही परवानगी दिली! समर्थांच्या बोलण्याने तो भुलून गेला!

समर्थांनी वेणाबाईना तेथे मठप्रमुख करण्याचे ठरविले. त्या मिरजेच्याच होत्या. तेथे कार्य करणे त्यांना सोपे जाणार होते.

मिरजेहून समर्थ कर्नाटकात जाताना चिकोडीला थांबले. तेथे तिमाजीपंत देशपांड्यांना अनुग्रह दिला. ते इतके भारावून गेले, की समर्थांबरोबर तेही पुढे यात्रेला निघाले.

तीर्थयात्रेच्या स्वरूपात समर्थ अखेर तंजावरी आले!

राजे शहाजी तेथेच होते. समर्थ आल्याचे कळताच राजांना अत्यानंद झाला. एकांती समर्थांनी राजांना शिवरायांची व्यथा सांगितली.

"स्वामी," शहाजीराजे म्हणाले, "आदिलशहानीच आम्हाला शिवबांची समजूत काढण्यास सांगितले आहे. दहाहजारी मनसब राजांना देण्यास ते तयार आहेत. शिवाय आत्तापर्यंतचे सारे विसरण्याची त्यांची तयारी आहे."

दास संतुष्ट जाला ○ **१६३**

"पण राजे तयार होणार नाहीत." स्वामी बिचकत म्हणाले.

"आम्हीतरी हा निरोप कधीच सांगणार नाही." शहाजीराजे हसून म्हणाले, "त्यांनी आरंभलेल्या कार्यात आमचा अडसर कधीच होणार नाही, हे राजांनी लक्षात ठेवावे. त्यांची घौडदौड तशीच चालू ठेवावी, वाढवावी. आमचा आशीर्वाद आहे!"

"राजांचा उत्साह वाढेल." समर्थ समाधानाने म्हणाले, "आपल्या याच निरोपाची ते अगदी आतुरतेने वाट पाहत आहेत."

"आमुचा डाव राजांना समजला नाही." शहाजीराजे शांतपणे म्हणाले, "कर्नाटकी मुलुख आम्ही ताब्यातच ठेवणार आहोत. एकोजीराजे हे सारे पाहतील. नंतर नर्मदेपर्यंत राजांनी आपले स्वराज्य खुशाल वाढवावे. तंजावरपासून नर्मदेपर्यंत मुलुख घेण्याची महत्त्वाकांक्षा बाळगावी. हे आमुचे महान स्वप्न आहे. अगदी नाइलाज म्हणून आम्हाला विजापूरच्या नोकरीत राहावे लागत आहे. राजे मात्र स्वतंत्र आहेत."

समर्थांना सारे समजले. राजांना तसा निरोप देण्यासाठी त्यांनी तिमाजीपंतांना पुढे पाठविले!

रामेश्वरी जाऊन आल्याशिवाय समर्थांची यात्रा पूर्ण होणार नव्हती!

* * *

"सीवा को गिरफ्तार करने के लिये कौन जानकी बाजी लगायेगा, बताओ," भर दरबारात विजापूरचा बादशहा गरजला!

दरबारात एकदम विलक्षण शांतता पसरली. शिवाजीचा बंदोबस्त! तोऽबाऽ तोऽबाऽ! दरबारी मानकरी एकमेकांकडे हळूच पाहू लागले!

"मैं सीवाको गिरफ्तार करूंगा और हुजूरके आगे जल्द पेश करूंगा..." अफजलखान दिमाखात म्हणाला!

पैजेचा विडा खानाने उचलला.

सारा दरबार त्या पिसाटाकडे पाहू लागला!

अफजलखान म्हणजे मूर्तिमंत क्रौर्य! अचाट ताकद! अफाट शौर्य! महापाताळयंत्री! दुष्ट! हिंदू धर्माचा द्वेष्टा! मूर्तिभंजक!

शहाजी राजांविषयी त्याच्या मनात प्रचंड द्वेष होता.

शिवरायांचे थोरले भाऊ संभाजीराजेंना याच खानाने दगाफटक्याने मारले होते. आता त्याला राजांचा घास हवा होता. तिमाजीपंत देशपांड्यांनी समर्थांचा निरोप राजांना सांगताच राजांनी कोकणात एकदम हल्ले करण्यास आरंभ केला.

सगळीकडे फौजा जात होत्या.

आदिलशहा पिसाळला. रोज त्याचा मुलूख जिंकला जात होता.

बडी बेगमसाहेबाही खवळली.

तिने शहाजीराजांना पत्राने जाब विचारला...

"तुमच्या पोराचा धुमाकूळ थांबवा

नाहीतर भयंकर परिणाम होतील..."

शहाजीराजांनी उत्तर दिले...

"पोरगा माझे ऐकत नाही!"

आदिलशहा एकदम खवळला!

त्याने पैजेचा विडा लावला!

अफजलखान मोठ्या दिमाखात विजापुराहून निघाला!!

* * *

समर्थ महाबळेश्वरी होते. चातुर्मासानिमित्त कल्याणस्वामी व इतर रामदासी सर्वत्र कथा-कीर्तने करीत हिंडत होते. विश्वनाथ गोसावी मंगळवेढ्यापुढे गेला होता. कल्याणस्वामी पंढरपूराजवळपास होते. विश्वनाथ गोसाव्याला एके दिनी वार्ता समजली.

शिवरायांच्या पारिपत्यासाठी अफजलखान निघाला आहे!

विश्वनाथ गोसावी तातडीने कल्याणस्वामींना भेटला. वार्ता सांगितली. त्यांनी सांकेतिक भाषेत समर्थांना पत्र लिहिले–

विवेके करावे कार्य साधन

    जाणार नरतनु हे जाणोन!

पुढील भविष्यार्थी मन

    रहाहोच नये! ॥ १ ॥

चालो नये असन्मार्गी

    सत्यता बाणल्या अंगी!

रघुवीर कृता ते प्रसंगी

    दास माहात्म्य वाढवी! ॥ २ ॥

रजनीनाथ आणि दिनकर

    नित्याने ये करिती संचार!

घालिताती येर झार

ला विले भ्रमण जगदीशे!॥ ३ ॥

आदिमाया मूळ भवानी

हे चि जगाची स्वामिनी!
एकांती विवंचना करोनी
इष्ट योजना करावी! ॥ ४ ॥

या काव्यातील पहिल्या तीन ओव्यांचा व शेवटच्या अर्ध्या ओवीची अद्याक्षरे वाचली म्हणजे–

'विजापूरचा सरदार निघाला आहे', हा सांकेतिक इशारा मिळतो!

शेवटच्या चरणात काय करावे हे स्पष्ट केले आहे.

विश्वनाथ गोसावी हे गुप्त पत्र घेऊन समर्थांना भेटण्यास निघाला...!

''जय जय रघुवीर समर्थ!''

* * *

''स्वामी,'' विश्वनाथ गोसावी एकांती म्हणाला, ''कल्याणस्वामींनी हे पत्र दिले आहे. तातडीचे आहे.''

''विश्वनाथ,'' पत्र वाचून समर्थ म्हणाले, ''तू आता कोठे जाणार आहेस?''

''पुन्हा पंढरीकडे.''

''कल्याणला तेथेच थांबण्यास सांग.''

स्वामींना अफजलखानाची स्वारी अपेक्षित होतीच. तंजावरच्या भेटीत शहाजीराजांनी त्यांना तसे सूचित केले होते. तो कसा दुष्ट व कपटी आहे, हेही उदाहरणे देऊन स्पष्ट केले होते.

वाटाघाटी करण्याचे निमित्त करून कर्नाटकातील अनेक राजांना त्याने चातुर्याने दगाबाजी साधून ठार मारले होते!

समर्थांच्या डोळ्यांसमोर पुढील चित्र उभे राहिले.

''विजापूरचा सरदार निघाला आहे.''

या एकाच वाक्याने समर्थांना आता विलक्षण धावपळ करावी लागणार होती.

खानाला तोंड देण्याची निश्चित योजना आवश्यक होती.

कल्याणचे पत्र देऊन समर्थांनी दिवाकरभटाला शिवरायांकडे तातडीने पिटाळले!

आता स्वामींना एकान्त हवा होता!

* * *

राजे शिवाजी रायगडावर अस्वस्थपणे वाड्यात फेर्‍या मारीत होते. महाराणी सईबाई आजारी होत्या. प्रकृती गंभीर होत चालली होती. जिजाऊमाता त्यांच्या जवळ बसून त्यांना विविध औषधे देत होत्या. आधार देत होत्या. राजेही तेथेच होते

पुष्कळ वेळ!

दिवाकरभटाला एकदम समोर पाहताच राजांना आश्चर्य वाटले! महत्त्वाचे काम असेल तरच हा गोसावी यायचा!

काय वार्ता आणलीय याने कुणास ठाऊक?

राजांची उत्सुकता वाढली.

अस्वस्थता होतीच.

कल्याणस्वामींचे पत्र वाचता-वाचता राजांचा चेहरा सारखा बदलत होता.

''केव्हा येताहेत समर्थ?'' राजे गंभीर होऊन म्हणाले.

''लवकरच निघतो, असे स्वामी म्हणाले.''

''आम्ही चातकासारखी वाट पाहत आहोत असे सांगा त्यांना.''

दिवाकरभट जाताच राजांनी सर्व खाशांना भराभर बोलावून घेतले. अफजला शिवाय दुसरे काही सुचत नव्हते. महाराणींची तब्येत काळजीची होती. खानाने नेमकी हीच वेळ निवडली. त्याच्याशी आता मुकाबला अटळ होता. जावळीचा मुलूख बादशहाच्या डोळ्यांत सलत होता.

कोकणातील फजिती तो विसरू शकत नव्हता!

समर्थ लवकर यायला हवेत!

राजकारण बहुत करावे! परंतु कळोचि न द्यावे!

* * *

खलबतखान्यात सारी मंडळी जमली. गडावर चिंतेचे वातावरण निर्माण झाले होते. सर्व खाशी मंडळी राजांच्या बरोबर चर्चा करू लागली होती. अधून मधून जिजाऊ डोकावीत होत्या. काही सूचना करीत होत्या.

बादशाही फौजांना मदत करण्यासाठी विजापूरदरबारी मंडळी तयारीला लागली. कोणकोण जाताहेत हे पाहण्यासाठी राजांचे नजरबाज सर्वत्र हिंडत होते.

राजांनी प्रत्येकाला कामे वाटून दिली. समजावून सांगताच एकेक जण कामाला लगेच निघून गेले.

तेवढ्यात समर्थ आले. बहुतेकजण गेलेले होते.

''केव्हा निघालात?'' राजांनी विचारले.

''आपला तातडीचा निरोप मिळताच निघालो.'' समर्थ म्हणाले, ''खानाची चाल लवकर कळली पाहिजे. म्हणजे तशी तयारी करता येईल.''

''सारी व्यवस्था झाली आहे.'' राजे हसून म्हणाले, ''प्रत्येकजण आता कामालाही लागला असेल. काळजीचे कारण नाही.''

बराच वेळ खानासंबंधी विविध बाजूंनी चर्चा झाली. समर्थांनी खानाची नवीन माहिती सांगितली. त्यांना ती नुकतीच समजली होती.

गोसाव्यांच्या व फकिरांच्या वेषात अनेक हुकमी नजरबाज राजांनी सर्वत्र पाठविले होते. विजापूरच्या वाटेला काही लागलेही होते!

बोलता बोलता समर्थ म्हणाले,

''ऐसे लौंद बेईमानी
कदापि सत्य नाही वचनी
पापी अपस्मारजनी
राक्षेस जाणावे!''

''राजे, तुळजाभवानीचा आशीर्वाद घेऊनच कार्य करणे आवश्यक आहे. कारण-

''म्लेंछ दुर्जन उदंड बहुता दिसांचे माजले बंड
या कारणे अखंड सावधान असावे!

अतिसावधपणे महायेत्न करोनिया समयी अति धारिष्ट धरोनिया अफजलाचे पारिपत्य हे अद्भुत कार्य समजावे... त्याचा शेवट जाला पाहिजे.''

काय समजायचे ते राजे समजले!
हे तर देणे ईश्वराचे!!

* * *

शिवबा राजे खानाच्या संकटातून मुक्त होताच लगेच स्वराज्यवाढीच्या कार्याला लागले. खानाच्या पारिपत्यामुळे स्वराज्याचा फार मोठ्या प्रमाणात आर्थिक फायदा झाला. तमाम फौज जशीच्या तशी कापून काढल्यामुळे सारी बादशाही तयारी मराठ्यांच्या उपयोगी पडली! किती साहित्य, दारूगोळा जमा झाला, याची गणतीच नव्हती. मावळ्यांची चंगळ उडाली.

त्यांचेच साहित्य त्यांच्या विरुद्ध वापरले जाऊ लागले! राजांची जबाबदारी वाढू लागली.

इतर शत्रू जागे झाले. मऱ्हाठ्यांची ताकद सर्वांना समजून चुकली. सर्वांचे अंदाज चुकले. त्यामुळे औरंगजेब सावध झाला. जंजिऱ्याचा सिद्दी मान वर करू लागला. फिरंगी व टोपीवाले 'गोरे' संधी पाहू लागले! 'गोऱ्यांची' काळी कृत्ये माहीती होऊ लागली होती.

दासबोधाच्या लेखनातून समर्थ आता मुक्त झाले होते. प्रचंड धावपळ चालू असतानाही रात्रीचा दिवस करून त्यांनी लेखन चालूच ठेवले होते. निश्चयो पार पडला होता. श्रीरामाचीच कृपा.

अफजलखानाच्या वधामुळे धर्मस्थापनेच्या कार्यातील मोठे संकट दूर झाले

होते. केल्याने होते आहे, हे राजांनी दाखवून दिले.

समर्थांचे लेखन आता गुप्त न राहता त्याचा प्रचार व प्रसार सुरू झाला होता. रामदासी उघडपणे दासबोध सांगू लागले.

समर्थांना तेवढ्यात एक नायटा झाला. त्यांना कफाची व्याधी होती. पण नायटा प्रथमच झाला.

"स्वामी," समर्थ त्या नायट्याकडे पाहत असताना कल्याण म्हणाले, "तुळशीचा पाला चोळू का? त्यामुळे लगेच बरे वाटेल."

"ते मला माहिती आहे" समर्थ हसून म्हणाले, "पण हा नायटा वेगळा आहे"

"म्हणजे?"

"हा नवसाचा आहे."

"कोणी केला होता नवस, स्वामी?"

"मला वाटतं," समर्थ जरा विचार करून म्हणाले, "राणाऊंचा असावा."

"कशासाठी होता?"

"पुत्रप्राप्तीसाठी!"

"मग आता कसा फेडणार तुम्ही?"

"प्रतापगडी जाऊन."

समर्थ लगेचच प्रतापगडी गेले. तुळजाभवानीची मनोभावे पूजा केली. प्रार्थना केली. राणाऊंचा नवस फेडला!

जिजाऊंच्या सिऊबांसाठीही त्यांनी देवीची मनोभावे प्रार्थना केली.

"एकचि मागणे आता
द्यावे ते मज कारणे
तुझा तू वाढवी राजा
सीघ्र आम्हाचि देखता!
दुष्ट संहारिले मागे
ऐसे उदंड ऐकतो
परंतु रोकडे काही
मूळ सामर्थ्य दाखवी!
रामदास म्हणे माझे
सर्व आतुर बोलणे
क्षमावे तुळजामाते
इच्छा पूर्णचि ते करी!!

* * *

"आपले आमंत्रण मी स्वीकारीत आहे" समर्थ म्हणाले.

"आम्हास धन्यता वाटत आहे, स्वामी." जयराम स्वामी म्हणाले... "पण!"

"पण काय?"

"उत्सवासाठी वडगावी रथ नाही." जयराम म्हणाले, "सद्‌गुरुंच्या उत्सवाला रथ असावा, अशी फार दिवसांची इच्छा आहे. पण रथ करणारा अजून भेटलाच नाही."

"एवढेच ना?" समर्थ हसून म्हणाले, "आम्ही येतो रथासह. तुम्ही निश्चिंत पणे तयारीला लागा."

समर्थ या संधीची वाटच पाहत होते. फार दिवसांत पंचायतनातील कुणाच्याच गाठीभेटी जाहल्या नव्हत्या. जयराम व रंगनाथ अगदी जवळच; पण त्यांनाही भेटता आले नाही. धावपळीमुळे मनात असूनही ते झाले नाही.

आता जरा बदल हवा होता त्यांना. केशवस्वामी व आनंदमूर्तींनाही आग्रहाने बोलावले होते. रंगनाथ तर येणारच होते.

बोरू व वेत यांच्या साहाय्याने समर्थांनी स्वत: रथ तयार केला. उद्धव व कल्याणाबरोबर ते वडगावी आले.

जयरामांचे गुरू कृष्णाप्पा. त्यांच्या उत्सवाची तयारी पूर्ण आली. उत्सवाचे आदले दिवशी सारी मंडळी गोळा झाली. रात्री गप्पागोष्टीही रंगल्या.

समर्थांनी दुसऱ्या दिवशी स्वत: रथ ओढला. रात्री कीर्तन केले. गुरूची महती समजावून सांगितली. समर्थांचे सदगुरू श्रीरामच होते. म्हणून ते म्हणतात,

मनी धरावे ते होते
विघ्न अवघेचि नासून जाते
कृपा केलीया रघुनाथे प्रचीत येते!!

'मोहोछाव' पार पडला. भाविक मंडळी परतली. पण पंचायतन मात्र रात्रंदिवस नव्या कामगिरीत व्यस्त होते.

समर्थांचा या उत्सवाला येण्याचा आणखी एक हेतू होता. राजकारण यशस्वी झाल्यामुळे आता हरिकथानिरूपणास कसलीच भीती राहिली नव्हती.

कोणत्याही उत्सवाच्या निमित्ताने एकत्र येऊन कथा-कीर्तने पार पडली पाहिजेत. बहुजन समाजाला धर्म पाळता आला पाहिजे.

पंचायतनातील सर्वांनी विविध तऱ्हांनी कार्यास आरंभ कसा करणार, हे स्पष्ट केले. या सर्वांचा शिष्यवर्ग मोठ्या प्रमाणात होता. त्यामुळे बहुत ठिकाणी आता नवे वातावरण निर्माण होणार होते. केशवस्वामींचेही कार्यक्षेत्र मोठे असून पद्धतशीरपणे त्यांचे कार्य चालू होते.

या नव्या वातावरणामुळे समर्थ सुखावले

या कारणे समुदाव जाला पाहिजे मोहोछाव
हातोपाती देवाधिदेव बोलेसा करावा।।

* * *

अफजलखानाच्या पारिपत्यानंतर नाना संकटे एका पाठोपाठ राजांच्या समोर उभी राहू लागली. आदिलशाही मुलूख ताब्यात घेण्याची मोहीम वाढली होती. फाजलखानाबरोबर मुकाबला करावा लागला. बाजीप्रभु देशपांडेसारखा मोहरा गमवावा लागला.

ह्या सर्व वार्ता दिल्लीला औरंगजेबाला समजल्या. तो कमालीचा अस्वस्थ होत गेला. न जाणो हा मऱ्हाठा आपल्यावर चाल करून आला तर?

त्याने आपला मामा शाहिस्तेखान पुण्याला पाठविला. राजांनी त्याचे पाहता-पाहता तीनतेरा करून टाकले. तो पळत सुटला!

त्यापाठोपाठ त्याने मिर्झाराजे जयसिंहाला लढण्यासाठी पाठविले. ह्या बादशाही फौजांना नमविणे सोपे नव्हते. राजांची धावपळ वाढली. रायगडावर राजेसारखे खलबतखान्यात निर्णय घेत होते. एक मोहीम संपली की दुसरी. काही वेळा समर्थही असत. त्यांच्या काही गुप्त योजना उपयोगी पडत.

औरंगजेबाशी राजे आता अगदी उघडपणे युद्धासाठी उतरले होते. बादशाही 'सुरत' त्यानी अगदी 'बेसुरत' करून टाकली. तेथून त्यांनी प्रचंड लूट आणली साऱ्या गुजराथेत गोंधळ उडाला. सुरत तसे जवळ नव्हते. उद्या दिल्लीचे काय होणार? दिलेरखान अस्वस्थ झाला. जयसिंग विचारात पडला. गाठ मऱ्हाठ्यांशी होती!

अखेर त्याने नवा प्रस्ताव मांडला. राजांना दिल्लीदरबारचे आमंत्रण दिले. जयसिंग व त्याचा मुलगा रामसिंग आग्रह करू लागले. ते दोघे जामीन राहण्यास तयार होते.

औरंगजेब ही काय चीज आहे, हे राजे चांगले ओळखून होते. त्याची सर्व काळीकुट्ट कारस्थाने त्यांना माहीत होती. त्याची सारी वाटचाल रक्तरंजित होती. नातीगोतीदेखील तो जुमानत नसे!

राजाना विचार करणे भाग होते. समर्थ येताच त्यांनी हा विषय काढला.
''राजे,'' समर्थ म्हणाले, ''आतापर्यंत श्रीरामकृपेने सारे योजलेले पार पडले आहे. आई तुळजाभवानी तुमच्या पाठीशी उभी आहे.''

''आपणहून आगीत उडी घ्यावी काय?''

''आग विझवण्याची तयारी करूनच जायचे आहे.'' समर्थ म्हणाले, ''बादशहाचा इतिहास पाहता त्याचे वागणे खरे नाही, हे स्पष्टच आहे!''

“काही दगाफटका झाला तर?”

“पूर्वतयारी आवश्यकच आहे.” समर्थ राजांकडे रोखून पाहत म्हणाले, “काहीतरी घात होणारच हे समजूनच सारी तयारी करावी लागेल, राजे. शिवाय त्याची विनंती नाकारली तर भ्याडपणा दिसून येईल. त्यापेक्षा आपण संपूर्ण मसलत तयार करूनच निघावे.”

मध्यरात्र उलटली तरी बोलणी चालू होती.

एक-दोन दिवसांतच राजांचे खास नजरबाज निरनिराळ्या वेषांत उत्तरेकडे रवाना झाले.

त्यांच्या पाठोपाठ विश्वनाथ गोसावी व रघुनाथ गोसावी तीर्थयात्रेला गेले!

पुष्कळ रामदासी वेगवेगळ्या दिशांनी व रस्त्यांनी उत्तरेकडे निघाले. त्यांचे वेष वेगवेगळे होते. काहीजण व्यापारी बनूनही निघाले होते.

शिवछत्रपतींनी औरंगजेबाची भेट घेण्याचा धाडसी निर्णय घेतला!

यत्न तो देव जाणावा!

* * *

शिवरायांनी पाठविलेले खास नजरबाज फकीर व समर्थांचे गोसावी यांचे एकमेकांना गुप्त संदेश देण्याचे कार्य लगेच चालू झाले होते.

राजांचा खास नजरबाज बर्हिजी नाईक केव्हाच आग्र्याला 'फकीर' म्हणून पोचला होता. रात्रीच्या वेळी अंधारात अगदी सावधतेने विश्वनाथ गोसावी त्याला रोज भेटायचा. दुसऱ्या दिवशीचे कार्य व रोजची भेटण्याची वेगळी जागा एकमेकांना सांगितली जाई!

राजे शिवराय आग्र्याला पोचेपर्यंत संपूर्ण वार्ता रायगडावर जात असत. त्या मोरोपंतांमार्फत जिजाऊमातेपर्यंत पोचत असत. निळोपंत व प्रतापराव गुजर रायगडावर स्वराज्याच्या बंदोबस्तासाठी रात्रंदिवस तयार असत!

लहानगे शंभूराजे राजांच्या समवेत गेल्यामुळे जिजाऊ फार काळजीत असायच्या. त्यांची सारी भिस्त त्या तुळजामातेवरच होती.

राजांचा प्रवास व्यवस्थित चालू होता. मिर्झाराजांनी सारी व्यवस्था चोख ठेवली होती.

“आपण अवश्य यावे! आपला उत्तम बहुमान करून आपणास सुखरूप व्यवस्थित परत पाठविले जाईल.” असे औरंगजेबाचे खास फर्मान प्रवासात मिळताच राजे हसले!

“आबासाहेब,” शंभूराजे न समजून म्हणाले, “कशासाठी हसला, आपण?”

“तुम्हाला ते समजणार नाही, राजे.” शिवराय हसत हसत म्हणाले,

''बादशाही चाल आहे ही. या गोड भाषेमुळेच अनेक राजे प्राणाला मुकले आहेत. राजपुत व शिखांचे हेच होत आहे. बादशहाचे अंतरंग त्याच्या पित्याला म्हणजे शाहजहानला समजले नाही, तर आपणालाही कठीण आहे.''

''मग आपण काय करायचे?'' गोंधळलेले शंभूराजे म्हणाले.

''आपले स्वत्व न सोडता बाणेदारपणाने वागायचे.'' राजे निश्चयाने म्हणाले, ''तसा काही दगाफटका दिसला तर त्या वेळी आपण काय करायचे, हे ठरवले आहेच. त्यासाठी आपली कितीतरी माणसे तेथे दबा धरून बसलेली आहेत.''

''ही माझी तलवारदेखील तयार आहे'' तलवारीला हात लावत शंभूराजे त्वेषाने म्हणाले,''काळजी करण्याचे काही एक कारण नाही, आबासाहेब.''

''वा राजे! शाबास!'' शिवराय शंभूराजांची पाठ थोपवीत म्हणाले, ''आम्हाला हेच बाणेदार उत्तर अपेक्षित होते. त्यामुळे आपला आम्हाला अभिमान वाटत आहे. मऱ्हाठ्यांचा राजा असाच हवा.''

मनी धरावे ते होते!

* * *

राजांच्या दिल्लीतील आगमनापासूनच त्यांच्या अपमानाला आरंभ झाला. त्यांच्याकडे कुणीही फिरकले नाही! रामसिंगदेखील!

पण राजांनी संताप आवरला. त्यांना समर्थांची आठवण झाली. त्यांनी सावधानता बाळगण्यास सांगितले होते.

दुसऱ्या दिवशी दरबारी जातानाही असेच झाले. रामसिंग आला नव्हता. तरीही राजे गप्प बसले. बोलून दाखवून काहीही उपयोग नव्हता. ते स्वराज्यात नव्हते. महापाताळयंत्री दुष्ट अशा औरंगजेबाच्या राजधानीत होते.

भर दरबारातदेखील राजांना अशीच बेफिकिरीची वागणूक मिळाली.

बादशहाने राजांच्याकडे पाहिलेही नाही. त्यांना जेथे उभे केले होते, ती जागा बहुमानाची नव्हती.

राजांनी ज्याला 'दे माय धरणी ठाय केले', तो जयवंतसिंह त्यांच्या समोर गुर्मीत उभा होता!

राजांचा तोल सुटला. संताप आवरेना.

रामसिंगाला बोलण्यास त्यांनी आरंभ केला. तो कमालीचा घाबरला. गयावया करू लागला. राजे दरबारातून बाहेर पडले. विलक्षण घाबरलेला रामसिंगही पाठोपाठ पळत आला. त्याचे हात-पाय लटपटत होते. राजे भराभर दूर चालले होते!

* * *

“सातू मिळतील का?”

“पाणीही मिळेल.” गुप्त भाषा समजली!

“विश्वनाथ.”

आग्र्यातील एका दूरच्या टोकाच्या सराईमागे अंधारात लपलेला गोसावी एकदम उभा राहिला!

* * *

“राजे!”

“अरे ! हळू बोल.”

“कुणीही नाही इथे.”

“बाळराजे कुठाहेत?”

“मथुरेला पोहोचलेदेखील असतील.” विश्वनाथ गोसावी म्हणाला, “आपणही लगेचच निघायचे आहे. मथुरेहून आडवाटा जाणणारे गोसावी आले आहेत. दूरच्या शेतात ते लपलेले आहेत. आपल्याला तिकडेच जावयाचे आहे.”

“आपला फकीर कोठे आहे?”

“एकूण परिस्थिती कशी आहे हे जाणण्यासाठी तो मागे थांबला आहे” गोसावी म्हणाला, “नंतर तो आपणाला पुढे भेटणार आहे!”

सर्व बादशाही पहारे चुकवून राजे अखेर निसटले!

औरंगजेबाची सारी स्वप्ने धुळीत गेली. त्याच्या मनीषा संपल्या!

शिवरायांना कशा पद्धतीने ठार मारावे, या कल्पनानंदात रममाण झालेला बादशहा बिनधास्त होता.

स्वतःला शहाणा समजणारा मराठ्यांचा राजा कसा फसला, हे बेगमांना खुलवून औरंगजेब सांगत बसला होता. बायकांत बहु बडबडला!

राजे नाहीसे झाल्याचे जेव्हा त्याला समजले, तेव्हा ते मथुरेजवळ होते! शंभूराजे तर केव्हाच तेथे पोचले होते!

महाभयंकर संतापलेल्या बादशहाने एकापाठोपाठ एक हुकूम सोडण्यास आरंभ केला. तो आरडाओरडा करू लागला. किंचाळू लागला. त्याला काही सुचेना. कळेना!

हे घडले कसे?

आपले पहारेकरी काय करीत होते?

नजरबाज काय शोधीत होते?

एकापाठोपाठ एक अशी त्याने त्याचीच माणसे पकडली! त्यांना मारहाण

सुरू झाली! कत्तल आरंभली.

नाना हुकूम! नाना फर्माने सर्वांना सुटली! राजांना पकडण्यासाठी बादशहाची प्रचंड करामत सुरू झाली.

दक्षिणेकडे जाणाऱ्या सर्व वाटा रोखल्या गेल्या! घोडेस्वारांची तुफानी घोडदौड त्या वाटांवर सुरू झाली.

मराठ्यांचा राजा निघाला होता उत्तरेकडे!

बादशहाच्या बापालाही हे गणित सुटणारे नव्हते!

* * *

राजे अखेर कोल्हापुरी आले! आई अंबेच्या दर्शनाला ते फार आतुर होते. सारी 'तीर्थयात्रा' पार पडली होती, ती केवळ तिच्याच कृपेने!

कोल्हापुराहून कधी एकदा रायगडी जातो, असे त्यांना झाले होते!

* * *

''जय जय रघुवीर समर्थ!''

नेहमीप्रमाणे आज जिजामाता स्वत:च भिक्षा घेऊन आल्या!

गोसाव्याने दुसरा श्लोक चालू केला!

घनश्याम हा राम लावण्यरूपी

महाधीर गंभीर पूर्ण प्रतापी

करी संकटी सेवकांचा कुडावा

प्रभाते मनी राम चिंतीत जावा!

''जय जय रघुवीर समर्थ!''

जिजाऊंनी पीठ वाढले!

गोसावी तसाच उभा राहिला त्यांच्याकडे पाहत!

''अजून हवंय का काही?''

''होय.''

जिजामाता आश्चर्याने पाहू लागल्या!

रामदासी पुन्हा काही मागत नाहीत!

''आईऽ साहेब'' न राहवून अखेर राजे भावनावश होऊन म्हणाले, ''ओळखले नाहीत आम्हाला!''

''शिव ऽ बा ऽ!''

राजांनी जिजामातांच्या चरणी डोके ठेवले!

दास संतुष्ट जाला ○ **१७५**

"जयाचेनि नामे महादोष जाती
जयाचनि नामे गती पाविजेती
जयाचेनि नामे घडे पुण्यठेवा
प्रभाते मनी राम चिंतीत जावा!
जय जय रघुवीर समर्थ!"

खणखणीत आवाजात रामदासस्वामी हसत श्लोक म्हणत पलीकडे उभे होते!
माय-लेकरांची ही अपूर्व भेटी
डोळा भरूनिया ते पाहत होते!

* * *

राजे रायगडी येईपर्यंत समर्थांना चैन नव्हते, झोप नव्हती! अतिशय अस्वस्थ स्थितीत ते सर्वत्र हिंडत होते.

इतकी चिंताग्रस्त वेळ त्यांच्यावर कधीच आली नव्हती.

त्यांचे सारे चित्त असायचे राजांच्या येणाऱ्या वार्तांवर. राजांची सुखरूपता, सारे कार्यक्रम, मार्ग, मुक्काम त्यांना वेळोवेळी कळत होते.

विश्वनाथ व रघुनाथ गोसावींनी ही व्यवस्था अति चोख ठेविली होती.

औरंगजेब सरळ मार्गाचा, मनाचा नाही ही गोष्ट जगजाहीर होती. जे घडले होते ते अपेक्षितच होते. प्रश्न होता शेकडो मैलांवरून सुखरूप येण्याचा. मोगली हेरांचे जाळे फार जबरदस्त होते. ते सर्वत्र हिंडत होते. कुणालाही 'शिवाजी' म्हणून पकडून ठार करीत होते!

म्हणून तीर्थयात्रांचे पारंपरिक मार्ग सोडून वेड्यावाकड्या अवघड मार्गाने राजांची यशस्वी वाटचाल होत होती.

समर्थ राजांची चातकासारखी वाट पाहत होते. हाती घेतलेले राजांचे कार्य पूर्ण होण्याची वेळ आली असताना हे बादशाही संकट आले होते.

समर्थांच्या आनंदवनभुवनी हिंदवी स्वातंत्र्यसूर्याचा तेज:पुंज उदय केवळ शिवछत्रपतींच्या मुळेच होत होता, पूर्ण होणार होता.

तुळजाभवानीला प्रार्थना केल्याप्रमाणे तिचा राजा तिनेच वाढविण्यास आरंभ केला होता.

राजांची सुटका तर झालीच; पण ते सुखरूप परतही आले.

ही केवळ तिचीच करामत होती!

* * *

"पूर्ण साम्राज्य मिळो!"

समर्थांनी शिवछत्रपतींच्या समोर मनोकामना व्यक्त केली.

समर्थ शिवथरच्या घळीत होते. चिंतनासाठी एकान्त मिळत नव्हता, म्हणून ते ह्या दूरच्या घळीत आले होते.

औरंगजेब कमालीचा पिसाळला होता. दात-ओठ खाऊन तो वाट्टेल ते हुकूम सोडीत होता. हिंदूंची प्रत्येक गोष्ट त्याला सरळ दिसतच नव्हती, तर सलत होती.

त्याच्या हाती आलेली शिकार कायमची निसटली होती. त्याच्या उरावर नाचून राजे रायगडी आले होते.

हेच बादशहाचे शल्य होते. त्याचे तोंड काळे झाले होते! पिसाळलेल्या औरंगजेबाने काशीचे मंदिर संतापाने पाडून तेथे मशीद उभी केली. 'जिझीया' हा अपमानास्पद कर हिंदूंवर लावला.

शिवराय याचीच वाट पाहत होते. झालेला तह बादशहानेच मोडला होता.

त्याची ही उलटी चाल चालू होताच राजांनी मोगली गडांवर तुफानी हल्ले करून एकापाठोपाठ एक गड जिंकले. विजयाची महामालिका सुरू झाली. सर्वत्र भगवे झेंडे दिमाखाने डोलू लागले.

पन्हाळा जिंकल्याच्या आनंदात राजे तिकडे जाताना वाटेत शिवथरच्या घळीत थांबले होते थोडा वेळ.

त्याच वेळी आनंदून समर्थांनी उद्गार काढले-

"पूर्ण साम्राज्य मिळो!"

* * *

"आम्ही का आलो आहोत हे समर्थांनी सारे सांगितले असेलच." गागाभट्ट म्हणाले.

"त्यांनी कल्पना दिली आहे आम्हाला." राजे म्हणाले, "पण अजून काही निर्णय आम्ही घेतलेला नाही. आपलीच वाट पाहत होतो."

"आपण मोहिमेवर होता म्हणून लवकर तसदी दिली नाही." गागाभट्ट म्हणाले.

"त्यात तसदी कसली?" राजे म्हणाले, "आम्हासाठी तर आपण काशीहून येथवर आला. स्वराज्याचे भाग्यच उजळले."

"अजून नाही."

"मग केव्हा?"

"आमची मनोकामना पूर्ण झाल्यावर."

"काय आज्ञा आहे आपली?"

"राजे," गागाभट्ट नम्रतेने म्हणाले, "आपण एका महान राज्याचे छत्रपती होणार आहात. आपणास आज्ञा देणारे आम्ही कोण? आम्ही आपणाकडे वेगळ्या आशेने पाहत आहोत. हा हिंदूंचा देश नष्ट होऊ पाहत आहे. ह्या मातीला हवाय एक सिंहासनस्थ राजा. तोही केवळ आपणच! राजा! मऱ्हाठ्यांचा राजा! समस्त हिंदूंचा राजा. आई भवानीने वाढविलेला शिवकल्याण राजा. निश्चयाचा महामेरू. बहुत जनांचा आधारु. पुण्यवंत, नीतिवंत जाणता राजा!"

"आपण फार मोठेपणा देत आहात मला." राजे संकोचून म्हणाले, "समर्थांनी सांगितेलेला महान महाराष्ट्रधर्म फक्त आम्ही पाळत आहोत...सांभाळीत आहोत! मऱ्हाठा तितुका मेळविण्याचा प्रयत्न आहे आमचा."

"आपली नम्रता पूजनीय आहे, राजे." राजांकडे गौरवाने पाहत गागाभट्ट म्हणाले, "हा महान यज्ञ आपणच पार पाडीत आहात. आपल्याला त्यामुळेच राज्याभिषेक करण्याचा मनोदय आहे. प्रत्येक हिंदुमनाची ही एक प्रार्थना आहे. हा देश हिंदूंचा. येथील परंपरा फक्त हिंदूंची. येथे जन्माला येतो तो फक्त हिंदूच. येथील राजाही मग हिंदूच हवा. आणि ते फक्त आपणच आहात. खरोखरीचे हिंदू हृदयसम्राट"

"आपण जर हे सारे कार्य पार पाडणार असाल, तरच आम्ही हा निर्णय घेऊ. समर्थांजवळ आम्ही ते कबूल केले आहे." राजे म्हणाले, "म्हणून ते पाळावे लागेल आम्हाला."

"केवळ त्यासाठीच आम्ही काशीहून आलो आहोत." गागाभट्ट म्हणाले, "आपण अगदी योग्य निर्णय घेत आहात. आपल्या महान माताजी भाग्यवंत ठरणार आहेत. त्यांनीच लावलेला हा वेलू आता बहारीने फोफावला आहे. त्यांच्या पवित्र आशीर्वादाने, साक्षीने हा सोहळा पार पडणार आहे."

राज्याभिषेकाची ही सुवार्ता गडावरून सर्वत्र वाऱ्यासारखी पसरली. स्वराज्यातील अणुरेणू पुलकित झाले. अभिमानाने डोलू लागले. फुलू लागले.

महाप्रचंड तयारी सुरू झाली. कधी झाला नाही, पुढे होणार नाही असा समारंभ गडावर साजरा होणार होता.

कधी झाला नव्हता एवढा महाआनंद समर्थांना झाला.

सह्याद्रीच्या दऱ्याखोऱ्यांतून ते गाऊ लागले!

* * *

अखेर शिवाजीराजे छत्रपती झाले!

छत्रपतींचा एकच जयजयकार सुरू झाला. सुवर्णपुष्पांचा वर्षाव होऊ लागला.

नौबती झडू लागल्या. शिंगे फुंकती जाऊ लागली. अष्टदिशांना तोफा गर्जू लागल्या. नगारे, शहाजणे, कर्णे, झांजा अशी कितीतरी वाद्ये वाजू लागली.

'शिवाजी महाराज की जय!' अवघा आनंद कल्लोळ उडाला.

भगवा झेंडा बहुमानाने फडकू लागला. राजा सिऊबा सिंहासनी बैसला!

सामर्थ्य आहे चळवळीचे,
जो जो करील त्याचे!
पुण्यवंत आणि जयवंत
जाणता राजा सिंहासनी बैसला!
दास संतुष्ट जाला!

* * *

"सदा सर्वदा योग तूझा घडावा
तुझे कारणी देह माझा पडावा
उपेक्षू नको गुणवंता अनंता
रघूनायका मागणे हेचि आता!"
सार्थकचि जन्म जाला
दास संतुष्ट जाला!

* * *

केल्याने सारे झाले होते
आधि केलेचि होते
वन्ही चेतविला होता
त्याला मिळाला एक महानुभाव
तेणे केला समुदाव
केले बहुत राजकारण
हुंब्यासी हुंबा लावला
धटासी भेटला धट
सहजचि वाढिला महाराष्ट्र धर्म
मऱ्हाठा तितुका मेळविला
देव मस्तकी धरिला
अवघा हलकल्लोळ उठविला
असे गाजविले तडाके
त्यामुळे भूमंडळ धाके।
घसरले सारे म्लेंछांवरी
राखुनी बहुतांची अंतरे
स्थापिले राज्य आपुले ब्रम्हांड
भेदूनी रामकथा पैलाड नेली
रामराज्याचीच कल्पना त्याची
अनेक वर्तती काया
एकजीव परस्परे
आनंदरूप बोभाती
नाना स्वर परस्परे
सुखानंद उचंबळे
संतोष समस्तै लोका
रामराज्य भूमंडळी!
इच्छा पूर्ण केली माते!
माता तुळजापुरीची
जीवीचा पुरविला हेतु
रक्षिता देव देवाचा
त्याचा उछाव इच्छिला
धर्माभिमानी क्षात्राभिमानी

विद्याभिमानी देशाभिमानी
सिऊबासी पावे कोदंडपाणी
आला सिऊबा सुखाचा
म्हणती काळ का म्लेंछांचा!
सुखानंद आनंद उल्हास वाटे
म्हणे दास रामास कल्याण व्हावे
बहु सुकृताचा बरा काळ आला
दास संतुष्ट जाला!
निघाला वनी विजनी
थकीत होऊनी लोकास पाहे-आनंदी
निघाला आनंदवनभुवनी-सिऊबाच्या
स्वप्न जे दिसे रात्री
ते ते तैसेचि होतसे आनंदवनभुवनी
स्वधर्मा आड जे विघ्ने
ते ते सर्वत्र उठविली
लाटली कुटिली दैवे
आनंदवनभूवना
कल्पांत मांडला मोठा
म्लेंछ दैत्य बुडावया
कैपक्ष घेतला देवी
आनंदवनभुवनी
हिंदुस्थान बळावले
अभक्तांचा क्षयो जाला
दास संतुष्ट जाला!
अरे लोकहो...जाहली एक छत्री
शिवराय राजा विराजे धरित्री
जनाची पिडा पाप संताप गेला
शिवराय हा भाग्यसूर्यो उदेला
दास संतुष्ट जाला!
अरे लोकहो...क्लेश सांडून द्या रे
रघुराज पादांबुजी पहारे
रायगडासमीप बहू लोक आला

दास संतुष्ट जाला!
बुडाला औरंग्या पापी
म्लेंछ संहार जाहाला
मोडिली मांडली क्षेत्रे
आनंदवनभुवनी
उदंड जाहले पाणी
स्नानसंध्या करावया
लिहिला प्रत्ययो आला
मोठा आनंद जाहला
दास संतुष्ट जाला!
दास संतुष्ट जाला!!
दास संतुष्ट जाला!!!
माझी काया आणि वाणी
गेली म्हणाल, अंत:करणी
परि मी आहे जगज्जीवनी ।।
निरंतर आत्माराम दासबोध
माझे स्वरूप स्वत:सिद्ध
असता न करावा खेद
भक्तीजनी-समर्थ रामदास

* * *

''म्हणोनी आम्ही रामदास
रामचरणी आमुचा विश्वास
कोसळोन पडो हे आकाश
परी आणिकांची वास न पाहो!''

जय

जय

रघुवीर

समर्थ!!

१८४ ० दास संतुष्ट जाला